സൂർ

soor
novel
•
subaidha
•
first edition
november 2015
•
published
chintha publishers, thiruvananthapuram
•
typesetting
chintha publishers, thiruvananthapuram
•
cover
midas

വിതരണം
ദേശാഭിമാനി ബുക്ക് ഹൗസ്
H O തിരുവനന്തപുരം-695 035
Ph: 0471-2303026, 6063020
www.chinthapublishers.com
chinthapublishers@gmail.com

ബ്രാഞ്ചുകൾ
ഹെഡ്ഡാഫീസ് ബ്രാഞ്ച് കുന്നുകുഴി • സ്റ്റാച്യൂ തിരുവനന്തപുരം • കെ എസ് ആർ ടി സി ബസ് സ്റ്റേഷൻ ആലപ്പുഴ • കെ എസ് ആർ ടി സി ബസ് സ്റ്റേഷൻ എറണാകുളം • മച്ചിങ്ങൽ ലെയ്ൻ തൃശൂർ • ഐ ജി റോഡ് കോഴിക്കോട് • കെ എസ് ആർ ടി സി ബസ് സ്റ്റേഷൻ കോഴിക്കോട് • എൻ ജി ഒ യൂണിയൻ ബിൽഡിങ് കണ്ണൂർ • സെൻട്രൽ ബസ് ടെർമിനൽ കോംപ്ലക്സ് താവക്കര കണ്ണൂർ

CO - 2266 / 3750

സൂർ
(നോവൽ)

സുബൈദ

ചിന്ത പബ്ലിഷേഴ്സ്
തിരുവനന്തപുരം-695 035

അബൂബക്കർ നീലേശ്വരം (സുബൈദ)

കാസർഗോഡ് ജില്ലയിലെ നീലേശ്വരത്ത് 1947 ൽ ജനനം.
പിതാവ്: പൂമാടത്ത് അബ്ദുൾ റഹിമാൻ
മാതാവ്: പുതിയ പാട്ടില്ലത്ത് കൈച്ചുമ്മ
അഞ്ചാം ക്ലാസിൽ പഠിക്കുമ്പോൾ നാട് വിട്ടു 30 വർഷത്തോളം ഇന്ത്യയിലെ വിവിധ നഗരങ്ങളിൽ. യൂറോപ്പ്, യു എ ഇ എന്നിവിടങ്ങളിൽ പ്രവാസ ജീവിതം. രണ്ട് തവണകളായി യു എ ഇയിലെ വിവിധ ജയിലുകളിൽ തടവിൽ കഴിയേണ്ടി വന്നു.
ചന്ദ്രിക, മാധ്യമം, ദീപിക എന്നീ പത്രങ്ങളുടെ കോഴിക്കോട്, എറണാകുളം, കാസർഗോഡ് ജില്ലാ ലേഖകനായി. അപ്പോൾ സൗദി അറേബ്യയിൽനിന്നും പ്രസിദ്ധീകരിച്ചിരുന്ന *മലയാളം* ന്യൂസ് ദിനപത്രത്തിന്റെ ജില്ലാ ലേഖകൻ.
കൃതികൾ : *എന്റെ ജയിൽഅനുഭവങ്ങൾ, നഗ്നശരീരം* (ജീവചരിത്ര കുറിപ്പുകൾ), *എളയ, അലാമി,* (നോവലുകൾ) *പരിപ്പുമുറിക്കുന്ന കത്തി, പിറകോട്ട് നടക്കുന്ന വാച്ച്, പോസ്റ്റു ചെയ്യാൻ പെട്ടിയില്ലാത്ത കത്തുകൾ,* (കഥകൾ) *സ്വർഗ്ഗം തുറക്കുന്ന താക്കോൽ, അസുരവാദ്യം, ഹരിദ്വാർ, സീത, നോവലെറ്റുകൾ) ഹായ്... ഹായ് ഇന്ത്യാ* (നഗരങ്ങളിലൂടെയുള്ള യാത്രകൾ), *ഓർമ്മക്കുറിപ്പുകൾ, കാശ്മീർ, യാത്ര, കർണ്ണാടക രാഷ്ട്രപതി,* എം ഗോവിന്ദ പൈയുടെ *നന്ദാദീപ* (കെടാ വിളക്ക്) എന്ന കവിതാ സമാഹാരത്തിന്റെ പ്രതിഭാഷ.

ഭാര്യ	:	സുബൈദ വേലിക്കോത്ത്
മക്കൾ	:	സുഹാസ് വേലിക്കോത്ത് (വിദ്യാർത്ഥി ജപ്പാൻ), ഷംന
വിലാസം	:	അക്ഷരം വീട്, തോട്ടം സ്റ്റോപ്പ് ജങ്ഷൻ നീലേശ്വരം പോസ്റ്റ്, കാസർഗോഡ്- 671314,
മൊബൈൽ	:	9496735111,
e-mail	:	subaidapoet@gmail.com

പ്രസാധകക്കുറിപ്പ്

ഖിയാമം നാളിന്റെ അടയാളമത്രെ സൂർ. മലക്കുകൾ സൂർ എന്ന വാദ്യോപകരണത്തിലൂടെ കാഹളമൂതുമ്പോൾ ദുനിയാവ് മാഞ്ഞുപോകും. ലോകം അക്ഷരം മാഞ്ഞ പുസ്തകം പോലെയും.

തടവറഅനുഭവത്തിനു സമാനമായി ഒന്നുമില്ല. അറബിനാട്ടിലെ മണലാരണ്യത്തിന്റെ തിളയ്ക്കുന്ന ചൂടിൽ രാപകലുകളില്ലാതെ കാഴ്ചയില്ലാതെ ഭൂഗർഭജയിലിൽ...

കണ്ണുകൾ ചൂഴ്ന്നെടുക്കപ്പെട്ടതിനുശേഷവും തടവറയ്ക്കുള്ളിലിരുന്ന് പുറത്തു പെയ്യുന്ന മഞ്ഞും മഴയും പൂക്കളും വർണ്ണക്കുരുവികളും അനുഭവിക്കുന്ന മനുഷ്യൻ....

ആയിരം പേജിൽ നിറയ്ക്കാമായിരുന്ന ഒരു നോവലിനെ ഏതാനുംപേജുകളിലൊതുക്കി അനുഭവത്തിന്റെ തീച്ചൂളയിൽ പൊള്ളിച്ചെടുത്ത കൈകളിൽ പിടിച്ച് നമുക്കു നേരെ നീട്ടുകയാണ് സുബൈദ....

ചിന്ത പബ്ലിഷേഴ്സ്

ഭ്രാന്തിന്റെ നിലവിളികൾ

അനിൽകുമാർ എ വി

മറവികൾക്കെതിരായ ഓർമ്മകളുടെ കലാപം മിലാൻ കുന്ദേരയുടെ പല രചനകളുടെയും അന്തർദ്ധാരയാണ്. ഓർമ്മകളുടെ തീപ്പൊള്ളലേറ്റ് പായുന്ന എത്രയോ കഥാപാത്രങ്ങൾ എൻ പ്രഭാകരന്റെ എഴുത്തിന്റെ ഹൃദയത്തിൽ എമ്പാടുമുണ്ട്. അവരിൽ പലരും ചരിത്രത്തിന്റെ ഭാണ്ഡം ഓർമ്മയിൽ ഇറക്കിവെച്ചവരാണ്. കാലത്തിന്റെ ഋതുഭേദങ്ങൾ. അതിന്റെ ഭാവപ്പകർച്ചകൾ. നനുത്ത മുഖാവരണം. സമൃദ്ധമായ വർണ്ണഘോഷങ്ങൾ. ഒച്ചയുടെ ധൂർത്തടി— ഇവയെല്ലാം എല്ലാ മനുഷ്യരിലും ഗൃഹാതുരമായ അഭിനിവേശത്തോടെയാണ് കുടിയിരിക്കുക. വറ്റിവരണ്ട ജീവിതാവസ്ഥകളും ചതഞ്ഞരഞ്ഞ ആഗ്രഹങ്ങളും എല്ലാം കൈമോശം വന്നുവെന്ന് തോന്നിപ്പിച്ച ഘട്ടങ്ങളിൽനിന്ന് നിസ്സഹായയായി നീന്തിക്കയറി ജീവിതത്തിന്റെ തുരുത്ത് തൊട്ടുനോക്കി ഒരു അന്ധനെ ഓർമ്മിപ്പിക്കും വിധം പിടഞ്ഞ സുബൈദ. ബഷീറിനെപ്പോലെ ജീവിതത്തിന്റെ ചോരമഷിയിൽ കൈമുക്കിയെഴുതിയ കുറേ രചനകൾ. മറവിയുടെ പറുദീസയിൽനിന്നും കുടിയിറക്കപ്പെട്ട ആ ഏകാകിയുടെ മനസ്സിലും ഹൃദയത്തിലും നിറയെ മുറിവുകളാണ്. മുറിവുണങ്ങിയ ബിന്ദുക്കളിൽ നീറ്റലുകളും. ഇയാളൊരു നിറഞ്ഞ കൗതുകമാണ്. തുറന്ന വിസ്മയമാണ്. ഭ്രാന്തിന്റെ നിലവിളികളെന്ന വണ്ണം സത്യത്തിന്റെ കനത്ത മതിലുകളാണ് സുബൈദ എന്ന അബൂബക്കർ നീലേശ്വരം സ്വന്തം കൈകൾ ഇടിച്ച് ചോര പൊടിക്കുന്നത്. എപ്പോഴും നിറഞ്ഞുകവിയുന്ന കണ്ണ്. ഭയം വേട്ടയാടിയ ബാല്യം അയാൾക്ക് അതാണ് സമ്മാനിച്ചത്.

പ്രതാപൈശ്വര്യങ്ങളുടെ തൂവലുകൾ തിരുകിയ തറവാട്. പുറം ചുമരിൽ ചെറിയ കാരണവർ തൂക്കിയ വീഞ്ഞപ്പെട്ടിയിലെ പ്രാവുകൾ പറന്നുപോയതുപോലെയാണ് തറവാടിന്റെ മഹിമകൾ ഇല്ലാതായത്. കയ്യൂരിലെ

പ്രധാന ഭൂവുടമകളിലൊരാളായ അണ്ടോളി പൂമാടത്ത് അബ്ദുൾ റഹിമാന്റെയും കോട്ടപ്പുറത്തെ പുതിയ പാട്ടില്ലത്ത് കൈച്ചുമ്മയുടെയും മകനായിട്ടാണ് അബൂബക്കറിന്റെ ജനനം. അമ്മാമൻ മാമൂഞ്ഞി നീലേശ്വരത്ത് പട്ടേലറായിരുന്നു. ഏഴുമക്കളിൽ ഇളയവനാണ് അബൂബക്കർ. കുട്ടികളുടെ പഠനവും പെൺമക്കളുടെ വിവാഹവും കുടുംബത്തിലെ സാമ്പത്തികത്തകർച്ചയും അവനെയാണ് ദയാരഹിതമായി പിടിച്ചുലച്ചത്. പതിമൂന്നാം വയസ്സിൽ വാതം വന്ന് കിടന്നപ്പോൾ പഠനം മുടങ്ങി. അഞ്ചാം ക്ലാസിനപ്പുറം അവന് കാലെടുത്തുവെക്കാനായില്ല. കൊട്ടിലകത്തെ ഏണിച്ചുവട്ടിലിട്ട എകരം കുറഞ്ഞ കട്ടിലിൽ കഷായത്തിലും കുഴമ്പിലും കുളിച്ച് രണ്ടുവർഷത്തോളം ഒരേ കിടപ്പ്. നരച്ച് ദ്രവിച്ച ജനലഴികളിലൂടെയാണ് എന്തെങ്കിലും പുറംകാഴ്ച കണ്ടത്. നിലത്തിഴഞ്ഞും വീണ്ടുകീറിയ ചുമര് പിടിച്ചും വടികുത്തിയും നടക്കാനായപ്പോൾ അവൻ സ്നേഹത്തിന്റെ തലോടൽ കൊതിച്ച് നാട്ടുവഴികളിലേക്കിറങ്ങി. പ്രണയം തളിർത്ത മനസ്സുമായി പെൺകുട്ടികൾക്കു പിന്നിലായി. സ്നേഹശൂന്യതയുടെ ഇരയായി അബൂബക്കർ സ്വയം കണക്കാക്കി.

മരുഭൂമിയിൽ വെള്ളമൂറ്റുന്ന ഒട്ടകത്തെപ്പോലെ ഇഴഞ്ഞും ഇറുകിയും അവൻ വഴിവക്കിൽനിന്നു. അവൻ നല്കിയ പ്രണയക്കത്തുകൾ വിയർപ്പിൽ കീശയിൽ കിടന്ന് ദ്രവിച്ചു തീർന്നു. രോഗം തീർത്ത വൈരൂപ്യവും കരുണവറ്റിയ നോട്ടങ്ങളും നിസ്സഹായാവസ്ഥയുടെ ഗർത്തമാണ് മുന്നിൽ തീർത്തത്. ജീവിതത്തെ അത്രമേൽ സ്നേഹിച്ച അബൂബക്കർ സ്നേഹം മറ്റെവിടെയോ ആണെന്ന കണക്കുകൂട്ടലിൽ ഒരു സുപ്രഭാതത്തിൽ നാടുവിട്ടു. ഉപ്പയുടെ ഓട്ടിന്റെ വലിയ മൂത്രക്കിണ്ടി വിറ്റുകിട്ടിയ കാശുമായിട്ടായിരുന്നു ആ ഒളിച്ചോട്ടം. യുഗങ്ങളുടെ കാലദൈർഘ്യം തോന്നുന്ന പാസഞ്ചർ വണ്ടി കിതച്ചുകൊണ്ട് കണ്ണൂരിലെത്തി. പ്രതീക്ഷയും നിരാശയും നിറച്ച മനസ്സുമായി അവൻ കണ്ണൂരിലിറങ്ങി. പരിചയക്കാരാരെങ്കിലും തിരിച്ചറിയുമോ എന്ന ഭയം. ഇനിയെന്ത് എന്ന ചിന്ത. കാൽനടയായി കണ്ണൂർ സെൻട്രൽ ജയിലിനടുത്തേക്ക്. ചട്ടബീഡിക്കമ്പനിയിലെ കള്ളുഷാപ്പിന്റെ വരാന്തയിൽ അന്തിയുറങ്ങി. ദുഃസ്വപ്നങ്ങൾ മാത്രം ഇരമ്പിയെത്തിയ ആ രാത്രിയെ അവൻ ശപിച്ചു. തെരുവുപട്ടികൾ വട്ടമിട്ടു നിന്നു. കുറുക്കന്മാരുടെ ഓരിയിടൽ. കാട്ടുചുറ്റുപാടിന്റെ പ്രതീതിയാണുണ്ടാക്കിയത്. മുഖംപോലും കഴുകാതെ ട്രാൻസ്പോർട്ട് ബസ്സ്റ്റാന്റിലേക്ക്. വീരാജ്പേട്ട ബസ് കയറി. ലക്ഷ്യവും സ്ഥലവുമറിയാതെ യാത്ര. കൈയിലെ കാശു തീർന്നപ്പോൾ വഴിയിൽ ഇറങ്ങേണ്ടിവന്നു. ചുറ്റും നോക്കിയും കുറച്ചുനടന്നും പിന്നെ നിന്നും പതുങ്ങിയ ചുവടുകൾ. അവിടെയുള്ള പട്ടരുടെ ഹോട്ടലിൽ കയറി. കുടുമയും കുടവയറും മേലാകെ ഭസ്മവും പൂശിയ സ്വാമിയും ഭാര്യ രമാദേവിയും. ആകാരംപോലെ പരുക്കനായിരുന്നില്ല സ്വാമി. കരുണയുടെ നേർത്ത ഒരിടത്തേക്ക് അയാൾ അബൂബക്കറിന് സ്വാഗതമോതി.

ആചാരങ്ങളിൽ വീർപ്പുമുട്ടിയ രമാദേവി. അടഞ്ഞ ജീവിതത്തിന്റെ

പൂട്ടുകളിൽ ബന്ധിപ്പിച്ചിരുന്ന അവൾ അബൂബക്കറിന്റെ സാന്നിദ്ധ്യം ഒരു സാന്ത്വനമായി കണ്ടു. രമാദേവി അവനെ ചന്ദ്രകാന്തനാക്കി. പൗഡറും സെന്റും നല്കി ചമയിച്ചു. പട്ടരിൽ സംശയത്തിന്റെ മുളകൾ പൊട്ടി അബൂബക്കറിനെ പുറത്താക്കി ഹോട്ടലിന്റെ വാതിലടച്ചു. അവിടുന്ന് പുറത്തായതിനേക്കാൾ രമാദേവിയെ കൈവിട്ടതിലെ വേദനയായിരുന്നു അവന്റെ മനസ്സുനിറയെ. നില്ക്കക്കള്ളിയില്ലാതായപ്പോൾ അവിടം വിട്ടു. കാൽനടയായി മൈസൂരിലേക്ക്.

യാചകരുടെ കൂട്ടത്തിലേക്കാണ് ചേക്കേറിയത്. കാവേരിയമ്മയും രംഗനും രംഭയും മറ്റും. കാവേരിയമ്മയോടൊപ്പം ഭാണ്ഡം പേറി ഭിക്ഷയെടുത്തു. പീടികത്തിണ്ണകളിലും മരച്ചുവടുകളിലും അവരോടൊപ്പം അന്തിയുറങ്ങി. പകൽമുഴുവൻ ഗണപതിചിത്രം കഴുത്തിൽ തൂക്കി സൗമ്യമായി ഭിക്ഷയെടുക്കുന്ന കാവേരിയമ്മ ഇരുട്ട് വീഴാൻ തുടങ്ങിയാൽ ഭാവം മാറും. നാടൻ ചാരായം മോന്തുന്ന അവരുടെ വായ തെറിവാക്കുകൾ കൊണ്ട് നിറയും. അബൂബക്കറോടുള്ള സ്നേഹത്തിന് വളഞ്ഞൊരു അനുബന്ധമുണ്ടായപ്പോൾ അവന് അത് താങ്ങാവുന്നതിനപ്പുറമായി. പിന്നെ സ്നേഹം മൃഗീയമായെന്ന് തോന്നിയപ്പോൾ കാവേരിയമ്മയുടെ കോന്തലയിലെ ചില്ലറകൾ കട്ട് അവൻ മറഞ്ഞു. നടത്തത്തിനിടെ നഗരചുവരുകളിലെ പോസ്റ്റർ പറിച്ചുകൊണ്ടാണ് നീങ്ങിയത്. അന്നേരം യാദൃച്ഛികമായി നീലേശ്വരത്തുകാരൻ മുഹമ്മദിന്റെ കണ്ണിൽ പെട്ടു. അയാൾ അവനെ മൈസൂരിലെ റഹ്മാനിയാ റസ്റ്റോറന്റിലെത്തിച്ചു.

ഹോട്ടലിന്റെ പിറകിലെ നാറിയ കോലായിൽ അബൂബക്കർ നരകിച്ചു. എച്ചിൽപ്പാത്രങ്ങൾ കഴുകി അവന്റെ വിരലുകൾ അഴുകിത്തുടങ്ങി. ഏറെ വൈകി മേശകളും നിലവും തുടച്ച് ക്ഷീണിച്ചെത്തിയാൽ നിരക്ഷരരായ സഹപ്രവർത്തകർ ചുറ്റും കൂടും അശ്ലീലകഥകൾ വായിച്ചു കേൾപ്പിക്കാൻ. അവർ വാങ്ങിക്കൊണ്ടു വന്ന ഇൻലന്റുകളിൽ അവരുടെ ഭാര്യമാർക്ക് കത്ത് എഴുതണം. അവരുടെ ഭാവനയൊന്നുമില്ലാത്ത വിധം പ്രണയം തുളുമ്പുന്ന വരികൾ എഴുതിയത് വായിച്ച് കേൾപ്പിച്ചപ്പോൾ അബൂബക്കറിന് പുതിയ വിശേഷണത്തിന്റെ ഭാരവുമായി; സാഹിത്യകാരൻ. അനുമോദനത്തിന്റെയും അംഗീകാരത്തിന്റെയും സൂചകമായി സഹപ്രവർത്തകർ അവന് കഞ്ചാവും നാടൻ റാക്കും നല്കി സുഖിപ്പിച്ചു. ഹോട്ടലിലെ അരിച്ചാക്കുകൾക്ക് മുകളിൽ ഉറക്കത്തിലഭയം തേടുമ്പോഴെല്ലാം ഈ കൂട്ടുകാർ അബൂബക്കറെ ഉണർത്തിക്കൊണ്ടിരുന്നു.

സുഹൃത്തുക്കളെ വിസ്മയിപ്പിക്കാനുള്ള ഉപായങ്ങൾ പലതും അവൻ തേടി. പ്രണയലേഖനങ്ങൾ ആകർഷകവും ഹൃദ്യവുമാക്കാൻ നല്ല വാക്കുകൾ പരതി. അങ്ങനെയാണ് സാഹിത്യകൃതികളിലേക്കൊട്ടി നിന്നത്. വല്ലച്ചിറ മാധവനും മൊയ്തു പടിയത്തും ചെമ്പിൽ ജോണും അവന് വാക്കുകളുടെ പർവ്വതശേഖരം തന്നെ നല്കി. അവരിൽനിന്ന് നനുത്ത പദകോശം അബൂബക്കർ ചികഞ്ഞെടുത്തു.

നാട്ടിലായിരുന്നപ്പോൾ നാടൻ പെൺകൊടിമാരെ ലക്ഷ്യമാക്കി എഴു

തിയ പ്രണയലേഖനങ്ങൾ. മൈസൂർവാസത്തിനിടെ കൂട്ടുകാർക്കായി അവരുടെ ഭാര്യമാർക്ക് നല്കാൻ എഴുതിയ പ്രണയകാവ്യങ്ങൾ. അങ്ങനെ അബൂബക്കർ സാഹിത്യത്തറവാടിന്റെ ആദ്യപടി കയറി. പിന്നീട് ചെറുകഥകളും അനുഭവക്കുറിപ്പുകളും എഴുതിയപ്പോൾ അവയെല്ലാം 'സുബൈദ' എന്ന തൂലികാനാമത്തിലാണ് പുറത്തു കാട്ടിയത്. അബൂബക്കർ എന്നവന്റെ നേർത്ത ശിഷ്ടംപോലും ഈ ഭൂമുഖത്ത് അവശേഷിക്കരുതെന്ന് കരുതിയാണ് ഈ മാറ്റം. നികൃഷ്ടനായ താൻ വിദ്യാസമ്പന്നരും ഉന്നതോദ്യോഗസ്ഥരുമായ സഹോദരന്മാർക്ക് അപമാനമാവരുതെന്നും അവൻ നിശ്ചയിച്ചു. അങ്ങനെ അബൂബക്കർ എന്ന മനുഷ്യൻ ഭൂമുഖത്തില്ലാതായി. പകരം സുബൈദ *പരിപ്പുമുറിക്കുന്ന കത്തി* എന്ന കഥാസമാഹാരവും *സൂർ* നോവലെറ്റും ആത്മകഥയായ *ഗൾഫ് ജയിൽക്കുറിപ്പുകൾ* എന്ന രചനയും ആ പേരിലാണ് പുറംലോകം കണ്ടത്. അതേ പേരിൽ *അലാമി* എന്ന നോവലും പിറന്നു.

വായനയുടെയും സാഹിത്യത്തിന്റെയും എഴുത്തിന്റെയും പ്രചോദനങ്ങളായ നിരവധി ഓർമ്മകൾ സുബൈദയുടെ ജീവിതത്തിലുണ്ട്. പന്ത്രണ്ട് വയസ്സുള്ളപ്പോൾ സുന്നത്ത് കഴിച്ച് കിടത്തിയ നാളുകൾ. ജ്യേഷ്ഠന്മാർക്ക് വരുന്ന മാഗസിനുകളിലെ കവിതകളും കഥകളും അവനെ വായിച്ചു കേൾപ്പിച്ചു. പി ഭാസ്കരന്റെയും മറ്റും പ്രശസ്ത രചനകൾ. ഈ ഒരു മാസം സാഹിത്യം നിറഞ്ഞ നാളുകൾതന്നെയായിരുന്നു. മൂത്ത സഹോദരൻ പി അബ്ദുൾഖാദർ. എഴുത്തുകാരനും സാഹിത്യതല്പരനുമായിരുന്നു അദ്ദേഹം. അപൂർവ്വം പുസ്തകങ്ങളുടെ നിറഞ്ഞ ശേഖരം അദ്ദേഹത്തിനുണ്ടായിരുന്നു. *മലയാള രാജ്യ*ത്തിൽ കുറേ ചരിത്രലേഖനങ്ങൾ എഴുതി അതിമാനുഷികശക്തിയുള്ളവരെക്കുറിച്ചുള്ള *പാവനസ്മരണകൾ* എന്ന പുസ്തകം ശ്രദ്ധ നേടി. ഒരാളുടെ ജീവചരിത്രം എന്ന നിലയിലായിരുന്നു അതിന്റെ അവതരണം.

കാസർകോട് മുസ്ലീം ഹൈസ്കൂൾ അദ്ധ്യാപകനായിരിക്കെ അബ്ദുൾ ഖാദർ ടി ഉബൈദിന്റെ വീടിന്റെ അടുത്തുള്ള ലോഡ്ജിലായിരുന്നു താമസം. മാപ്പിളപ്പാട്ട് രംഗത്തെ വിസ്മയമായ ഉബൈദ് മാഷുമായി ആഴത്തിലുള്ള ബന്ധമായിരുന്നു ഖാദറിന്.

ഉബൈദിന്റെ മകൾ സുഹറ നല്ലൊരു എഴുത്തുകാരിയായിരുന്നു. ഒരു പാകിസ്ഥാനി വിവാഹം കഴിച്ച അവൾ വിഭജനത്തെത്തുടർന്ന് നാട്ടിലായി. നന്നായി പാട്ടുപാടുകയും ചെയ്യുമായിരുന്നു സുഹറ. വിഭജനത്തിന്റെ മുറിവുകൾ അക്ഷരാർത്ഥത്തിൽ അവളെ അനിശ്ചിതത്വത്തിലാക്കി. കുട്ടികളും ഭർത്താവിനുമൊപ്പം പാകിസ്ഥാനിൽ കുടുങ്ങിപ്പോയിരുന്നു. ഈ വിങ്ങലുകൾ ഖാദറുമായുള്ള സൗഹൃദത്തിലൂടെയാണ് സുഹറ കടന്നുവെച്ചത്. ആ ബന്ധം പ്രണയത്തിന്റെ വക്കോളമെത്തി. ഉറുദു പണ്ഡിത കൂടിയായ സുഹറ പുസ്തകങ്ങളും രചിച്ചിട്ടുണ്ട്. *വാരിയെല്ലുകൾ* എന്ന കവിതാ സമാഹാരത്തിന്റെ അവതാരിക ഖാദറിന്റേതാണ്.

ജ്യേഷ്ഠന്റെ മുറിയിലെ തിങ്ങിനിറഞ്ഞ പുസ്തകങ്ങൾക്കിടയിൽ

സുബൈദ സുഹറയുടെ പല പ്രണയലേഖനങ്ങളും കണ്ടു. പ്രണയം പൂത്ത കവിതകൾ. ആരും കാണാതെ ഇവയെല്ലാം അവൻ പകർത്തിയെഴുതി. അനിശ്ചിതത്വങ്ങൾക്കൊടുവിൽ സുഹറ പാകിസ്ഥാനിലേക്ക് പോയി. അവിടെ സാമൂഹ്യപ്രവർത്തനത്തിൽ മുഴുകുകയായിരുന്നു പിന്നീട്.

മറ്റൊരു സഹോദരനായ പി മുഹമ്മദുകുഞ്ഞി. സുകുമാർ അഴീക്കോടും മറ്റും പഠിച്ച മംഗലാപുരത്തെ പ്രശസ്ത കലാലയത്തിലായിരുന്നു ഉന്നതപഠനം. വിദ്യാർത്ഥിജീവിതം കഴിഞ്ഞയുടൻ എ കെ ജിയുമായി അടുത്തു. അദ്ദേഹത്തിനുവേണ്ടി പല വാർത്തകളും തയ്യാറാക്കുന്നതിൽ മുഹമ്മദ് കുഞ്ഞി ഉറക്കമൊഴിച്ചിരുന്നു. ഈ ബന്ധം രാഷ്ട്രീയ താല്പര്യത്തിന്റെ ഗൗരവത്തിലേക്ക് ഇയാളെ വളർത്തി.

ലഖ്നൗവിൽനിന്ന് അക്കാലത്ത് മുസ്ലീം പണ്ഡിതന്മാർ നീലേശ്വരത്ത് വരിക പതിവായിരുന്നു. പാകിസ്ഥാന് അനുകൂലമായ ചില മുദ്രാവാക്യങ്ങൾ അവരുടെ യോഗങ്ങളിലുയർന്നു. മുഹമ്മദ് കുഞ്ഞി ഈ വികാരത്തെ താക്കീതിന്റെ സ്വരത്തിലാണ് എതിർത്തുപോന്നത്. കയ്യൂരിലും, പരിസരപ്രദേശങ്ങളിലും കമ്യൂണിസ്റ്റ് പാർട്ടിയുടെ അഖിലേന്ത്യാ നേതാക്കൾ പ്രസംഗ പര്യടനത്തിനെത്തിയപ്പോൾ പരിഭാഷകനായി നിന്നും അവൻ ശ്രദ്ധേയനായി. കമ്യൂണിസ്റ്റുകാർക്ക് യാഥാസ്ഥിതിക മുസ്ലീം കുടുംബങ്ങളിൽ നിന്ന് പെണ്ണുകിട്ടാത്ത കാലമാണിതെന്നോർക്കണം.

അബൂബക്കറിന്റെ മറ്റൊരു സഹോദരൻ പി അബ്ദുള്ള വിദ്യാർത്ഥി പ്രസ്ഥാനത്തിന്റെ ആദ്യകാല നേതാക്കളിലൊരാളായിരുന്നു. മികച്ച സംഘാടകനും വാഗ്മിയും തിരുവനന്തപുരം എഞ്ചിനീയറിങ് കോളേജിലെ പഠനകാലം മുതൽതന്നെ നല്ല വായനക്കാരനുമായിരുന്നു. സുന്നത്ത് കഴിഞ്ഞ് കിടന്ന ഒരു മാസം കട്ടിലിനരികെയിരുന്ന് ആ ജ്യേഷ്ഠൻ അനുജന് മുന്നിൽ കവിതകളും കഥകളും തുറന്നുവെച്ചു.

രോഗപീഡകളുടെ ദയാരഹിതമായ കടന്നാക്രമണം. പെൺകുട്ടികളുടെ മനസ്സിൽ ഒരു നുള്ള് പരിഗണനപോലും ലഭിക്കാത്തത്ര സങ്കടകരമായ വൈരൂപ്യം. അവഗണനയും അവജ്ഞയും കൂട്ടിമുട്ടിയ ഭീതി നിറഞ്ഞ അവസ്ഥ. തറവാടിന്റെ മഹിമകൾ ചോർന്നുപോയ നാളുകൾ. സാമ്പത്തിക പരാധീനതകളുടെ അനിശ്ചിതത്വം മറികടക്കാൻ അബൂബക്കർ ബീഡിച്ചെക്കന്റെ വേഷത്തിലിറങ്ങാൻ മനസ്സുറച്ചു. പിന്നെ ഹോട്ടൽ സഹായിയായും. സഹോദരങ്ങളുടെ തലകുനിയേണ്ടെന്ന് കരുതിക്കൂടിയായിരുന്നു ഒളിച്ചോട്ടം.

വേദന ഇറ്റിറ്റു വീണ ഓർമ്മകളും നന്നേ ചെറിയ ചരിത്രവും അബൂബക്കറിൽ നിന്ന് ഇറക്കിവെക്കാനാവാം 'സുബൈദ' എന്ന തൂലികാനാമത്തിൽ അഭയം തേടിയത്. കറുത്ത പ്രകൃതത്തിലെ, അനാകർഷകമായ രൂപത്തിനുള്ളിലെ നിറഞ്ഞ സ്നേഹത്തിന്റെ തുളുമ്പലാണ് അബൂബക്കർക്ക് സുബൈദ, മൂത്ത ജ്യേഷ്ഠന്റെ മകൾ. അവൾക്ക് ഏഴു വയസ്സുള്ളപ്പോൾ ഉമ്മ റാബിയ മരിച്ചു. വസൂരിയാണ് റാബിയയെ കവർന്നെടുത്തത്. നന്നേ ചെറുപ്പത്തിൽ ഉമ്മ നഷ്ടമായ സുബൈദ അബൂബക്കർക്ക്

സങ്കടത്തിന്റെ മറ്റൊരു ഓർമ്മയായിരുന്നു. ആ സുബൈദയുടെ മകളാണ് കിനാനൂർ കരിന്തളം പഞ്ചായത്ത് പ്രസിഡന്റ് ജാസ്മിൻ.

ഭാര്യയാകുന്നവൾ സുബൈദയാകണമെന്ന് അബൂബക്കർക്ക് നിർബ്ബന്ധമായിരുന്നു. ലളിതമായ ചടങ്ങിലൂടെ അതും വിജയിപ്പിച്ചെടുത്തു. ഒരു ദരിദ്രകുടുംബത്തിലെ ആറു പെൺമക്കളിൽ ഒരാൾ. അഞ്ചു പേരെ സാക്ഷി നിർത്തിയായിരുന്നു ആ കൂടിച്ചേരൽ. ഉപ്പ മരിക്കുകയും സഹോദരങ്ങൾ ഇല്ലാതിരിക്കുകയും ചെയ്ത ഒരു കുടുംബത്തിൽനിന്നുമാണ് അബൂബക്കർ സുബൈദയുടെ കൈപിടിച്ചു പോയത്.

വീടിനകത്തായപ്പോഴും അബൂബക്കർ അനാഥന്റെ അരക്ഷിതാവസ്ഥയിലായിരുന്നു. കളിക്കുമ്പോൾ കൂട്ടുകാർ നിറഞ്ഞ വായിൽ കളിയാക്കി തൊട്ടതിനും വെച്ചതിനുമെല്ലാം ശകാരം, പരിഹാസം. അവഗണനയുടെ ക്രൂരമുഖങ്ങളോട് തിരിഞ്ഞു നിന്ന് അവൻ ഏകാകിയായി ജീവിതം തുഴഞ്ഞു. മരക്കൊമ്പിൽ സ്വയം കളിസ്ഥലം തീർത്തപ്പോൾ വീണ് പരിക്കേറ്റതു മാത്രമായിരുന്നില്ല വേദന. അതിന്റെ പേരിൽ സഹോദരങ്ങൾ കണക്കറ്റു ശകാരിച്ചു. ഒളിച്ചോട്ടത്തിനു ശേഷം കാവേരിയമ്മയ്ക്കൊപ്പം ഭിക്ഷയെടുത്തപ്പോഴും ദയാരാഹിത്യങ്ങൾ ഏറെ കണ്ടുമുട്ടി. പിരിവ് കുറഞ്ഞ ദിവസങ്ങളിൽ അവർ അവനെ ദേഹോപദ്രവം ഏല്പിക്കുക പോലുമുണ്ടായി.

ജീവിതം വഴിമുട്ടിയപ്പോൾ, കണക്കുകൾ കളംവിട്ട് മുറിഞ്ഞുതീർന്നപ്പോൾ, അപൂർവ്വമായ സൗഹൃദങ്ങളുടെ തുരുത്തുകളിൽ അവൻ സ്വയം കൂടുകെട്ടി വിദ്യാലയകാലത്തും അവൻ ഒറ്റപ്പെടലിന്റെ കയ്പുനീരുകളാണ് ഏറെയും മോന്തിയത്. അദ്ധ്യാപകർ കഴിഞ്ഞാൽ പിന്നെ ക്ലാസിലെ ഏറ്റവും വലിയ രൂപം. നിക്കറിട്ടെത്തിയ സഹപാഠികൾക്കൊപ്പം മുണ്ടുടുത്ത് അബൂബക്കർ മാത്രം. വൈരൂപ്യത്തിന്റെ അപകർഷതാബോധം അമ്മാവൻ, തെണ്ടി, കള്ളൻ, തൊണ്ടച്ചൻ തുടങ്ങിയ പേരുകളിലെല്ലാമാണ് അവൻ കൂട്ടുകാരുടെ നിഘണ്ടുവിൽ ഇടം തേടിയത്. സഹികെട്ടപ്പോൾ മുണ്ടുമാറ്റി വീണ്ടും ട്രൗസറാക്കിയപ്പോൾ *ഒലിവർടിസ്റ്റിലെ* ആർട്ട്ഫുൾ ഡോഡ്ജറെപ്പോലെയായി. ഇറുകിയ നിക്കറിനുള്ളിലൂടെ വളർച്ചയുടെ ധിക്കാരം അവയവങ്ങളായി പുറത്തേക്ക് തള്ളാൻ തുടങ്ങി. പരിഹാസനോട്ടവും കൂട്ടച്ചിരിയും കുലുങ്ങിയ സംഭാഷണങ്ങളും അവനെ അക്ഷരാർത്ഥത്തിൽ നിരായുധനാക്കിക്കഴിഞ്ഞിരുന്നു. ചങ്ങാത്തം ഇരുട്ടടിപോലെ പേടിച്ചിരുന്ന ഘട്ടമാണ് സ്കൂൾ നാളുകൾ കൈമാറിയിരുന്നതെങ്കിലും മൈസൂരിലെ ഹോട്ടൽവാസക്കാലം ആ ഇരുട്ടുമരത്തിലേക്ക് തന്നെ ചായാൻ അബൂബക്കറെ പ്രചോദിപ്പിച്ചു. നിരക്ഷരരും നിഷ്കളങ്കരുമായ കൂട്ടുജോലിക്കാർ അയാളെ അത്രയ്ക്ക് ഹൃദയത്തോടടുപ്പിച്ചിരുന്നു. അവരുടെ നരച്ച രാത്രികളെ ഉണർത്താൻ പ്രണയകാവ്യങ്ങളുടെയും അശ്ലീലകഥകളുടെയും ചുരുക്കുകൾ അബൂബക്കർ നിവർത്തി. അതിനായി മാസികകളും സാഹിത്യകൃതികളും തേടിപ്പോയി. ഡിറ്റ്മാനും പാവാടയും പോലുള്ള അശ്ലീല പ്രസിദ്ധീകരണങ്ങൾ വായിച്ച് പുതിയ

കഥകൾ തീർത്തു. തങ്ങളെ ഹരം പിടിപ്പിച്ച ആ നനുത്ത വർണ്ണനകൾ കേട്ട് സഹപ്രവർത്തകരാണ് അബൂബക്കറിനെ ആദ്യമായി 'സാഹിത്യ കാരൻ' എന്നു വിളിച്ചത്.

മൈസൂരിലെ പ്രാകൃതമായ ജീവിതകാലത്തിലൂടെ അബൂബക്കർ ഇഴഞ്ഞ് കോഴിക്കോട്ടെത്തി. അപ്പോഴേക്കും അയാളൊരു എഴുത്തുകാര നായി അറിയപ്പെടാൻ തുടങ്ങിയിരുന്നു. കണ്ണൂരിൽനിന്ന് ഇറക്കിയ *ലേബർവ്യൂ, ചക്രം, ദേശമിത്രം* തുടങ്ങിയ പ്രസിദ്ധീകരണങ്ങളിലാണ് സുബൈദയുടെ ആദ്യകാല രചനകൾ ജീവൻ വെച്ചത്. പിന്നീട് പ്രധാന പ്രസിദ്ധീകരണങ്ങളിൽ തുടർച്ചയായ പരിഗണന ലഭിച്ചു. ഓണപ്പതിപ്പു കളിലെ ഒഴിവാക്കാനാവാത്ത സാന്നിദ്ധ്യമായി അയാൾ. സുബൈദ എന്ന എഴുത്തുകാരിയുടെ രചനാവ്യത്യാസം, ധീരത, പുതിയ അവബോധം, അനുപമമായ ശൈലി— ഇതെല്ലാം കണ്ട് പല പ്രണയലേഖനങ്ങളും വന്നു. പ്രസിദ്ധരായ ചില എഴുത്തുകാർപോലും ഇങ്ങനെ സുബൈദയ്ക്ക് പിന്നിൽ വരി നിന്നു.

ആരാധനയും അഭ്യർത്ഥനയും നിറഞ്ഞ മസൃണഭാവങ്ങളോടെ തന്നെ. *ചന്ദ്രിക* വാരികയിൽ സബ്എഡിറ്ററായി അബൂബക്കർ കുറച്ചുനാൾ പ്രവർത്തിച്ചു. പ്രത്യേകമായ അവന്റെ പ്രകൃതം അവിടെ ഇരുപ്പുറച്ചില്ല. അങ്ങനെയാണ് ബോംബെ മഹാനഗരത്തിന്റെ യാഥാർത്ഥ്യങ്ങളിലേക്ക് വണ്ടി കയറുന്നത്. അവിടെ ബാർ ജോലിക്കാരനായും വേശ്യാലയത്തിലെ സഹായിയായും തെണ്ടികളുടെ സുഹൃത്തായും അവർ അലിഞ്ഞു തീർന്നു. അനുഭവങ്ങളുടെ ത്രസിപ്പിക്കുന്ന ഓർമ്മകളാണ് അബൂബ ക്കർക്ക് ബോംബെ. സ്നേഹത്തിന്റെ നഗ്നചിത്രങ്ങൾ കണ്ട ഒരുപാട് സൗഹൃദങ്ങൾ. ചേപ്പാട്ടിയിലെ കാഞ്ചന. മലയാളിയാണെങ്കിലും ആ സത്യം പുറത്തുകാട്ടുന്നത് ഭയപ്പെട്ട അവൾ അബൂബക്കറെ സമാനതക ളില്ലാത്ത വിധം സ്നേഹിച്ചു. കാഞ്ചനയുടെ മുറിയിൽ കുറേ നാൾ കഴി ഞ്ഞു. ഭാര്യമാരേക്കാൾ സ്നേഹിക്കുന്ന വേശ്യകളുണ്ടെന്ന് അയാൾ പറ യുന്നത് അനുഭവത്തിന്റെ സാക്ഷ്യത്തിൽനിന്നാകുമ്പോൾ നാമെന്തിന് എതിർക്കണം. മനസ്സ് കുടുസ്സുമുറിക്കകത്ത് ഊരിവെച്ചാണ് അവരുടെ 'കച്ചവടം.' കാഞ്ചനയുടേതടക്കമുള്ള പാട്ടക്കൂരകളെ ഉണർത്തുക പൂജാ രിയാണ്. പുലർച്ചെ നാലുമണിക്കുമുമ്പ് ആ കുടവയറനെത്തും. വേശ്യ കൾക്ക് ഇതൊരു പ്രായശ്ചിത്തമാണ്. അവിടത്തെ കൂരകളിലെ ദുർബ്ബല മായ ചുവരുകൾ നിറയെ ദൈവങ്ങളുടെ ചിത്രങ്ങളാണ്. അവിടെയെ ത്തുന്ന വിവിധ ജാതിമതസ്ഥരെ തൃപ്തമാക്കാൻ ഒരുതരത്തിലുള്ള മത സൗഹാർദ്ദം. എല്ലാ ദൈവങ്ങൾക്കും പരിഗണനയുണ്ടിവിടെ.

ബജ്രംഗയിൽ അബൂബക്കർ പിന്നെയും കാഴ്ചകൾ കണ്ടു. നവാ ബുമാരുടെ നർത്തകികളാണ് ബജ്രംഗയിൽ വേശ്യാലയത്തിന്റെ രാജ കീയ മുഖം. രാജസ്ഥാനിൽനിന്നുള്ള വസ്ത്രത്തിൽ ചിത്രപ്പണി നടത്തു ന്നവരാണ് ഇവിടെ നിത്യസന്ദർശകർ. അമ്മജ അമ്മയോട് അവന് പ്രത്യേക മമതയായിരുന്നു. താൻ മോശമായാലും മകൾ റസിയാബീഗത്തെ മൂടി

പ്പിടിച്ചു കിടന്ന അവരുടെ സൂക്ഷ്മത ഒന്നു വേറെതന്നെ. ഷഹനായും, തബലയും, സരോദും മുഴക്കമുണ്ടാക്കിയ ബജ്രംഗയിൽ ചില ദിവസങ്ങളിൽ അബൂബക്കർ രാജാവിനെപ്പോലെ അഹങ്കരിച്ചു. ഏക് ദിൻ കാ സുൽത്താൻ. കിരീടവും ചെങ്കോലുമില്ലാത്ത രാജകുമാരൻ. നാടൻ വേശ്യകളും അബൂബക്കറിനെ സുഹൃത്തും രക്ഷാധികാരിയുമായി കണ്ടു. അവന്റെ പ്രകൃതത്തിന് ഇണങ്ങുന്നതായിരുന്നില്ല. അവിടം വിടാൻ വീർപ്പുമുട്ടിക്കൊണ്ടിരുന്നു. നാട്ടിലേക്ക് തിരിച്ചെത്തി. വീതിച്ചു കിട്ടിയ ഇരുപത്തി നാലര സെന്റ് സ്ഥലം വിറ്റ് ഗൾഫിലേക്ക് പോകുന്നത് അങ്ങനെ. 1974 ലാണത്.

അബുദാബിയിലാണ് ആദ്യം എത്തിയത്. ഹോട്ടലിലെ റൂംബോയ്. അവിടെനിന്നും പരിചയപ്പെട്ട ശ്രീധരേട്ടന്റെ വാനിലെ ക്ലീനർ, അൽ-അമറ സ്റ്റുഡിയോയിലെ സഹായി, ഇഷ്ടികച്ചൂളയിലെ ചുമട്ടുകാരൻ, മോഹങ്ങൾ ഉണങ്ങിക്കളയും വിധം അനിശ്ചിതത്വത്തിന്റെ തീവഴികൾ. ഫാക്ടറിയിൽ കൂലിപോലും ലഭിക്കാത്ത അവസ്ഥയായി. വാടക മുടങ്ങിയപ്പോൾ മുറിക്കു മുന്നിൽ താഴ് വീണു. നിരാശയുടെയും നഷ്ടബോധത്തിന്റെയും നിശ്ശബ്ദാവസ്ഥയും. ദുബൈയിലെ അൻസാരി പാർക്കിലിരിക്കവെ നാട്ടുകാരനായ ഷംസുദ്ദീനെ കണ്ടു. അയാൾ അബൂബക്കറിന് കപ്പലിൽ ജോലി തരപ്പെടുത്തിക്കൊടുത്തു. ഒരു എണ്ണ റിഗ്ഗായിരുന്നു ആ കപ്പൽ. മൂന്നു നാലു മലയാളികളും ഒപ്പം. ഈ സൗഹൃദത്തിന്റെ പ്രത്യേകഘട്ടത്തിൽ *സ്വനം* എന്ന പ്രസിദ്ധീകരണം തുടങ്ങുന്നതിനെപ്പറ്റിയും ആലോചനയുണ്ടായി. അന്തിക്കാട്ടുകാരൻ ജയസിംഹനായിരുന്നു പ്രചോദനം. എന്നാൽ അത് വിഫലമായി.

കപ്പലിന്റെ മായികലോകത്ത് ഒരു വർഷം നങ്കൂരമിട്ടു. എവിടെയോ കൈമോശം വന്ന നാളുകൾ. പുറത്തെ പ്രക്ഷുബ്ധതകൾ അറിയാത്ത വണ്ണം ഉള്ളിൽ കഴിഞ്ഞപ്പോഴും മനസ്സ് കപ്പലുകൾ മറിക്കുംവിധം ഇളകിത്തുടിച്ചു. ആ കൊടുങ്കാറ്റിൽനിന്നും പുറത്തേക്ക് ചാടി.

അൽ-ഐനിലെ പരസ്യക്കമ്പനിയിൽ ആർട്ടിസ്റ്റായിട്ടായിരുന്നു പിന്നീടുള്ള നിയോഗം. അത് ഇറാനിയൻ കമ്പനിയായിരുന്നു. ഇന്റീരിയർ ഡെക്കറേഷനും അത് ഏറ്റെടുത്തു. അബൂബക്കർ ചെറുപ്പത്തിൽ വരകളെയും വർണ്ണങ്ങളെയും പ്രണയിച്ചിരുന്നു. അവ്യവസ്ഥിതമായ ചിത്രങ്ങൾ പിറക്കുകയും ചെയ്തു. കമ്പനിയുടമയായ ജമാൽ ഹൈദർ ഖുർഷി അബൂബക്കറെ ലണ്ടനിലേക്ക് ശുപാർശചെയ്തു. കലാവൈദഗ്ദ്ധ്യം നേടാനും തൊഴിൽകൃത്യത ആർജ്ജിക്കാനും അവന്റെ മനസ്സ് അവിടെയും അലഞ്ഞുനടന്നു. മാർഗരറ്റ്, ലിസാറുബ, എലിസബത്ത് റോച്ചും പുതിയ അനുഭൂതികളിലേക്ക് കൈപിടിച്ചു കൊണ്ടുപോയി. ലിസാറൂബയുടെ അരയിൽ കൈകൾ ചുറ്റി ലണ്ടൻ തെരുവുകളിലൂടെ നടന്നപ്പോൾ അത് കിടപ്പറയിലേക്കുള്ള പ്രവേശനംകൂടിയായി മാറി. ആറ് മാസത്തിനടുത്ത് ആനന്ദനിമിഷങ്ങൾ. വിസിറ്റ് വിസയുടെ കാലാവധി കഴിഞ്ഞപ്പോൾ തിരിച്ചുവരാൻ നിർബ്ബന്ധിതനായി. പിന്നെ നാട്ടിലേക്ക്. മനം മടുപ്പിച്ച ഇടവേള വീണ്ടും ഗൾഫ് മോഹനഭൂമിയിലേക്ക്.

അൽ–ഐനിലെ ഇൻഷുറൻസ് കമ്പനിയിൽ സാമാന്യം ഭദ്രമായ ജോലി. മൂന്ന് വർഷം വേവലാതിയില്ലാതെ കഴിഞ്ഞ നാളുകൾ. തിരിച്ചു വരണമെന്ന് ആഗ്രഹിച്ച് കമ്പനിയിലെ മാനേജരുടെ ചതിയിൽപ്പെട്ട് അബൂബക്കർ ജയിലിലായി. വിചാരണയോ കോടതി പരിശോധനയോ ഇല്ലാത്ത ശിക്ഷാവിധി. ഭീകരതയുടെ ശവാവസ്ഥയിലാണ്ട ഭൂഗർഭ ജയിൽ. കുറ്റമെന്തെന്നറിയാത്തവരെയും ജയിൽക്കൂട്ടിലിട്ടിരുന്നു.

ഒരു തരം അടിച്ചേല്പിച്ച അച്ചടക്കമായിരുന്നു ജയിലിന്റെ മുഖമുദ്ര. പുക വലിക്കരുത്, പാട്ടു പാടരുത്, ഒച്ചവെച്ച് സംസാരിക്കരുത്. അഞ്ചു മാസത്തെ അജ്ഞാതവാസംപോലെ തോന്നി. ചെറിയ കാര്യങ്ങളും നിസ്സാരപ്രശ്നങ്ങളും പർവ്വതമായി കണക്കുകൂട്ടുന്ന അത്യുക്തി. പകലും രാത്രിയും പോലും തിരിച്ചറിയാനാകുന്നില്ല. കണ്ണുകൾ പരതി നടക്കുന്ന അവസ്ഥ. ലോക്കപ്പിലെ ചെറിയ വെന്റിലേറ്ററിലൂടെ ഒരേ നിറവും ആവൃത്തിയുമുള്ള പ്രകാശം മുറിയിലേക്ക് അരിച്ചിറങ്ങും. വ്യാജവിസക്കാർ മുതൽ കൊലപാതകികൾവരെ നിറഞ്ഞ ജയിൽമുറികൾ.

ദാർശനികമായ പല നിഗമനങ്ങളും തുന്നിക്കെട്ടിയാണ് അബൂബക്കർ ജയിൽ വിട്ടത്. പറയുന്നത് കേൾക്കാൻ ചെവികളില്ലെന്നും ആർക്കും ആരെയും വിശ്വാസമില്ലെന്നും അയാൾ തിരിച്ചറിഞ്ഞു. ആദ്യത്തെ ഇരുട്ട് ഗർഭപാത്രത്തിലാണ്. രണ്ടാമത് ജീവിച്ചിരിക്കവേ ഉള്ളത്. രാത്രി–പകൽ വിഭജനത്തിൽ മുദ്രിതമായവ. മരണശേഷമുള്ളവയാണ് മൂന്നാമത്തെ ഇരുട്ട്. ഇവിടെ മൂന്ന് വ്യാഖ്യാനങ്ങൾ തോറ്റുവീഴും വിധം വ്യത്യസ്തമാണ്. മൗനത്തിന്റെ ഇരുട്ട് മരണത്തിന്റേതാണല്ലോ. ജയിൽ മരണത്തിന്റെ ശവക്കല്ലറയാണ്. ചുറ്റും ജീവനുള്ള ശവങ്ങൾ. മനുഷ്യൻ നിസ്സഹായനാണെന്ന് തിരിച്ചറിയാനാവുക ജയിലിലാണെന്നാണ് അബൂബക്കറിന്റെ വാദം. അതിനകത്ത് ജീവിതം ഭയം നിറഞ്ഞ അനിശ്ചിതത്വം. എല്ലാ മോഹങ്ങൾക്കും ചിതയൊരുക്കുന്ന വിഹ്വലനിമിഷങ്ങൾ. ഭ്രാന്തസമാനമായ അവസ്ഥകളിൽ ജയിൽച്ചുവരുകളിൽ ചിലർ പലതും കോറിയിടും. നമുക്കതിനെ കവിതയെന്നോ മറ്റോ വിളിക്കാം. മാതൃഭാഷയുടെ ഒരേ ഒരു ഉപയോഗമായി അബൂബക്കർ കണ്ടത് ആ സാദ്ധ്യതയെമാത്രം. മുമ്പ് ജയിലിൽ കിടന്ന ഏതോ മലയാളി എഴുതിവെച്ച അവ്യക്ത രചനയും അയാളുടെ ഓർമ്മയിലുണ്ട്. ചെവി നഷ്ടപ്പെട്ട മനുഷ്യരുടെ ശവക്കൂനയാണ് ജയിൽ. മറ്റുള്ളവരുടെ ഒരു വാക്കുപോലും ആരും സ്വീകരിക്കില്ല. അതിനാൽ ചുവരുകൾപോലും ആത്മപ്രകാശനത്തിന്റെ കടലാസുകളാവുന്നു.

മേലാകെ ചൊറിയുന്നു. പത്തിരുപത് ദിവസമായി കുളിച്ചിട്ട്. കുളിമുറിയിൽ മലവും മൂത്രവുമാണ്. കാലെടുത്തു വെക്കാൻ വയ്യ. കമ്പിവേലിക്കരികിലെ പൈപ്പിൽ എന്നും ഉന്തും തള്ളും. ബക്കറ്റുണ്ടെങ്കിൽ വെള്ളം നിറച്ച് ദൂരെ എവിടെയെങ്കിലും വെച്ച് കുളിക്കാമായിരുന്നു. ബക്കറ്റില്ല പാട്ടയില്ല. ഉള്ളത് വക്കു പൊട്ടിയ പ്ലാസ്റ്റിക്ക് ടംബ്ലറാണ്. അബൂബക്കർ *ഗൾഫ് ജയിൽക്കുറിപ്പുകൾ* എന്ന കൃതിയിൽ പകർത്തിവെച്ചിട്ടുണ്ട്. ആരോപണത്തിന്റെ ആകത്തുക എത്രമാത്രം അപകടകരമാണെന്ന്

ആരും അറിയുംമുമ്പേ എന്റെ കൈകളിൽ വിലങ്ങുവീണിരുന്നു. പാസ്പോർട്ടിൽ തലമാറ്റിയൊട്ടിച്ച് സാഗരങ്ങൾ താണ്ടിയെത്തിയ സഹയാത്രികരുണ്ട്. അവർ നിയമത്തിന്റെ കാഴ്ചവട്ടത്തു നിന്ന് സമർത്ഥമായി രക്ഷപ്പെട്ട വാർത്തകളുണ്ട്. പക്ഷേ, ഞാൻ വ്യക്തമായ യാത്രാരേഖകളുമായിട്ടാണ് ഗൾഫിൽ എത്തിയത്, എന്റെ കൈകളിൽ ഈ വിലങ്ങ് ഞാൻ അർഹിക്കാത്ത ഒരാഭരണമാണ്. അറേബ്യൻ ഭരണകൂടം പാരിതോഷികമായി കനിഞ്ഞു നല്കിയ ഈ പുരസ്കാരം ഞാനിതാ ഏറ്റുവാങ്ങുന്നു. ആമുഖക്കുറിപ്പ് നിസ്സഹായതയുടെ നിലവിളികൂടിയാണ്. പത്ത് വർഷത്തെ ഗൾഫ് ജീവിതവും ജയിൽവാസവും ആയിരം മുറിവുള്ള മനസ്സും മാത്രമാണ് അബൂബക്കറിന് സമ്പാദ്യമായി നല്കിയത്. ആ മനസ്സും മുറിവുകളുമാണ് പിന്നെ അവബോധവും ദർശനവും സ്നേഹാഭിമുഖ്യവും സൃഷ്ടിച്ചത്. പട്ടിണിയുടെയും ദാരിദ്രത്തിന്റെയും എത്രയോ കാണാക്കയങ്ങളിൽ മുങ്ങിത്താഴ്ന്നതായിരുന്നു സുലൈഖയുടെ ജീവിതം. അപൂർവ്വങ്ങളായ വൻകരകളിലൂടെയുള്ള യാത്രകൾ. ചോരയൊലിപ്പിച്ചു കൊണ്ടുള്ള തരിച്ചുനില്പ്. ഭാര്യ ബീഡി തെരച്ച് കുടുംബഭാരം വലിച്ച അനുഭവങ്ങൾ. സായാഹ്നപത്രം വിറ്റ് അവരുടെ ചില്ലിക്കാശിന് പിന്തുണ നല്കിയിരുന്നു അയാൾ. ഭാര്യയുടെ കാതിലെ മൊട്ടുകമ്മൽപോലും വില്ക്കേണ്ടിവന്നു പിടിച്ചുനില്ക്കാൻ. ഈ ദാരിദ്ര്യത്തിന്റെയും ഉമ്മയുടെ നിസ്സഹായാവസ്ഥയുടെയും കണ്ണീർക്കഥകളും *അലാമി* എന്ന ചെറുനോവലിലുണ്ട്. ഈ നോവലിലെ വക്കുകളിൽ മാത്രമല്ല വാക്കുകളിൽ നിന്നാകെ ചോരപൊടിയുന്നുണ്ടെന്നാണ് അംബികാസുതൻ മാങ്ങാടിന്റെ നിരീക്ഷണം. വേദനയുടെ സമുദ്രം മുറിച്ചുകടന്നുപോയ നൗക എന്നിങ്ങനെ ഈ നോവലിനെ പലമട്ടിൽ വിശദീകരിച്ചാലും ഒടുവിൽ കിട്ടുന്ന അർത്ഥം ഒന്നുമാത്രമാണ്. നാട്ടുഭാഷയിലൂടെയുള്ള ആഖ്യാനം ഹൃദയത്തിലേക്കാണ് ചാഞ്ഞുനില്ക്കുന്നത്. കരിവാരിപ്പൂശിയ അലാമികളെപ്പോലെ അനുഭവങ്ങളുടെ തീക്കുണ്ഡത്തിലേക്ക് അത് പാഞ്ഞുകയറുന്നു. ഇവിടെ അയാളുടെ കാൽമാത്രമാണ് പൊള്ളുന്നത്. നാലഞ്ചു പ്രസവിച്ച കാർത്ത്യായനി കാറ്റുപോയ ബലൂൺപോലെയാണ് ആവുന്നത്. കാരണവന്മാർ സ്ഥലം വിട്ടപ്പോൾ വിധവയായ ഉമ്മയെ ഓട്ടവീണ മൺകലംപോലെയാണ് എല്ലാവരും തറവാടിന്റെ മൂലയിൽ തള്ളിയത്. കൈയും മനസ്സും പൊള്ളിക്കുമ്പോഴും ഈ രചന നാം വീണ്ടും ഉറപ്പിച്ചുപിടിക്കും.

ഏതാണ് ജീവിതത്തിലെ ഏറ്റവും തീക്ഷ്ണമായ അനുഭവം എന്ന ചോദ്യം അബൂബക്കർ നിശ്ചയമായും എതിരേല്ക്കുക അമ്പരപ്പിന്റെ അകമ്പടിയോടെയാണ്. കാരണമുണ്ട്. ആ മനുഷ്യൻ എന്തെല്ലാം അനുഭവിച്ചു. കണ്ണുകൾക്കു മുമ്പിൽ എത്രയോ സങ്കടാവസ്ഥകൾ ഇരമ്പിയോടിയിരുന്നു. മനുഷ്യജീവിതത്തിന്റെ നിസ്സാരത ബോദ്ധ്യപ്പെടുത്തിയ കാഴ്ചകൾ അനവധി, എന്നാലും കോഴിക്കോടൻ അനുഭവത്തിലെ ഒരു ഏട് സങ്കടത്തിന്റെ കടൽപോലെ ചാലപ്പുറത്ത് പാരീസ് ലോഡ്ജിനടുത്ത എം ബി

ട്യൂട്ടോറിയലിന്റെ വരാന്തയിലായി വാസം. രാഷ്ട്രപതി വി വി ഗിരി നഗരത്തിലെത്തുന്ന ദിവസം തെരുവുവേശ്യകളും അലഞ്ഞുതിരിഞ്ഞു നടക്കുന്നവരും ഭിക്ഷക്കാരും പുതിയ പാലം അതിർത്തി കടന്നുപോകാൻ പൊലീസിന്റെ നിർദ്ദേശം. ഇടങ്ങളില്ലാത്ത അബൂബക്കർ മാനാഞ്ചിറയിലെത്തി. അവിടത്തെ പുണ്ണുപിടിച്ചതുപോലുള്ള ബെഞ്ചിലിരുന്നു എന്തു ചെയ്യുമെന്നായിരുന്നു ആലോചന. മനസ്സ് അലക്ഷ്യമായി പാഞ്ഞു. ചിന്തയിൽ മുഴുകിയ ഏതോ ഘട്ടത്തിലാണ് ബെഞ്ചിനടിയിൽ ഒരു സ്ത്രീ കിടക്കുന്നത് ശ്രദ്ധയിൽപ്പെട്ടത്; കൂടെ ചോരക്കുഞ്ഞും. അച്ഛനാരെന്നറിയാത്ത കുട്ടി. അവരും താനും ഒരേ അവസ്ഥയിലാണെന്ന് അബൂബക്കർ തിരിച്ചറിഞ്ഞു. ആ സ്ത്രീയുടെ അച്ഛനുമമ്മയും ആത്മഹത്യയിൽ അഭയം തേടിയവരായിരുന്നു.

അബൂബക്കർ ഒന്നുമാലോചിക്കാതെ പേരാമ്പ്രക്കാരിയെന്ന് പരിചയപ്പെടുത്തിയ ആ സ്ത്രീയെയും കൂട്ടി അടുത്ത കുളത്തിൽ നിന്ന് കുളിച്ചു. നേരെ ട്യൂട്ടോറിയൽ വരാന്ത ലക്ഷ്യമാക്കി ഇരുവരും നടന്നു. അവളും ഒക്കത്ത് കുഞ്ഞും. അവിടെ ചാക്ക് മറകെട്ടി താമസിക്കാൻ തുടങ്ങി. ഒരു രാത്രി അബൂബക്കർ മടങ്ങിവന്നപ്പോഴേക്കും അവളെയും കുഞ്ഞിനെയും കാണാനില്ല. കൂട്ടായി സ്വപ്നം കാണാമെന്ന് അവളെ അയാൾ പഠിപ്പിച്ചിരുന്നു. ഇഷ്ടം, അടുപ്പം, അബൂബക്കർ ആ കൊടും ഇരുട്ടിൽ അവളെ ത്തേടിയലഞ്ഞു. ആഴ്ചകളോളം അന്വേഷണം. ഇപ്പോഴും ആ തെരച്ചിൽ തുടരുന്നു. ജീവിതത്തിലെ ഏറ്റവും വലിയ നഷ്ടങ്ങളിലൊന്നായാണ് അബൂബക്കർ അവളുടെ തിരോധാനത്തെ കണ്ടത്. ഏറെ അടുത്തപ്പോൾ മറച്ചുവെക്കാൻ ഏറെയുണ്ടെന്നും പറയാൻ കൊള്ളാത്ത കഥകളുടെ കൂമ്പാരമാണ് തന്നെ മൂടിയിരിക്കുന്നതെന്നും അവൾ അറിഞ്ഞു. വഞ്ചനയ്ക്കുള്ള സാദ്ധ്യത സ്വീകരിക്കാൻ അവൾക്കാവുമായിരുന്നില്ല. ഈ ആത്മാർത്ഥതയാണ് വേദനയുടെ മുറിവുകളായി അബൂബക്കറിൽ തികട്ടിക്കയറിയത്. സുബൈദയുടെ *പരിപ്പുമുറിക്കുന്ന കത്തി* എന്ന കഥാസമാഹാരത്തിന് ഇ പി രാജഗോപാലൻ എഴുതിയ പഠനം ഈ അവസ്ഥയുടെ വ്യാഖ്യാനംകൂടിയാവുന്നുണ്ട്. ദുരിതമായ ജീവിതത്തിന്റെ ചീളുകളാണ് ആ കഥകളിൽ. ചീളുകളെന്ന് വിളിച്ചത് അവയുടെ ദൈർഘ്യത്തെക്കൂടി പരിഗണിച്ചാണ്. നരകജീവിതത്തെ തനിക്കുമാത്രം സാദ്ധ്യമായ ഒരു ഭാഷാവിന്യാസങ്ങളിലൂടെ ഓരോ വായനക്കാരനിലുമുള്ള വെറും മനുഷ്യനെയും ഭാഷാശാസ്ത്രകാരനെയും ഉണർത്തിക്കൊണ്ട് ആവിഷ്കരിക്കുകയുമാണ് സുബൈദ. വേദനയുടെ വേദാന്തം ചിലപ്പോൾ തീക്ഷ്ണരോഷമായി സ്വയം പൊട്ടിത്തെറിക്കുന്നുമുണ്ട്. വേദനയുടെ രതിയിൽ ഈ കലാകാരന് വിശ്വാസമില്ലെങ്കിലും രാജഗോപാലൻ ഉറപ്പിച്ചു പറയുന്നു. അശാന്തിയുടെ ചിത്രപ്പരസ്യങ്ങൾ ഒടുങ്ങുന്നില്ല. തന്റെയും അന്യരുടെയും ചിത്രങ്ങൾ നോക്കി നോക്കി അവയെഴുതിയ ചായക്കൂട്ടുകളെയും തേടി ഒരു സഞ്ചാരി. നേരിന്റെ വഴി തേടിയതിനാൽ വഴി തെറ്റിയ പ്രവാസി. അനുഭവങ്ങളിൽനിന്ന് വെട്ടിമാറ്റിയാൽ സുബൈദയുടെ ഒരു രചനയ്ക്കും

നിലനില്പുണ്ടാവില്ല. ഒരു വാക്കിനും ജീവിക്കാൻ കഴിയുമെന്നും തോന്നുന്നില്ല. ഒരക്ഷരത്തിനും പിടയ്ക്കാനാവില്ല. ഈ ധാരണയുടെ പ്രഖ്യാപനമാണ് ഗൾഫിലെ ജയിൽ അനുഭവങ്ങൾ ഇതിവൃത്തമാക്കി എഴുതിയ *സൂർ* എന്ന കാഹളത്തിലൂതുമ്പോൾ ലോകം അവസാനിക്കുമെന്ന ഇസ്ലാമിക സങ്കല്പത്തിലൂന്നിയാണ് അതിന്റെ രചനാമുന്നേറ്റം. മാനം കഴുകനെപ്പോലെ താണിറങ്ങി ചുറ്റും പരന്നൊഴുകി. അത് മൂർച്ചയുള്ള ശരങ്ങളായി ഞങ്ങളെ ഓരോരുത്തരെയും അരിഞ്ഞിട്ടു. തലങ്ങനെയും വിലങ്ങനെയും ചിതറിപ്പോയ ശവങ്ങൾക്കിടയിൽ ഒരു ദ്വീപിലെന്ന പോലെ ഞാൻ ഒറ്റപ്പെട്ടു. ചുറ്റും മൗനത്തിന്റെ മതിലുകൾ 'തടവറയിലെ ജീവനുള്ള ശവങ്ങൾക്കിടയിലാണ് ഞാനിപ്പോൾ'- എന്ന നോവലിന്റെ തുടക്കം പൊള്ളുന്ന അനുഭവങ്ങളുടെ ആമുഖംതന്നെ.

അന്ത്യദിനത്തിൽ *സൂറി*ന് അത്യുഗ്ര ശബ്ദമായിരിക്കും. ആകാശം ഉന്നം പാറുംപോലെ പറക്കും. മലകൾ ചിതറിത്തെറിക്കും. സൂർ വിളിക്കുമ്പോൾ നന്മ ചെയ്തവൻ തിരിച്ചെത്തുമെന്നാണ് വിശ്വാസം. ദൈവവുമായുള്ള സംഭാഷണം എന്നപോലെ വികസിപ്പിക്കുന്ന ഭാഗങ്ങളും നോവലിലുണ്ട്. ക്ഷമയെന്നാൽ ഭൂമിയോളം പരന്നതാണെന്നും ശൈത്യം ധനികനായ പിശുക്കന്റെ അടുത്ത് കടംവാങ്ങാൻ പോകുമ്പോഴുള്ള അവസ്ഥയാണെന്നും ദാർശനിക സ്പർശത്തോടെ സുബൈദ പറഞ്ഞുവെക്കുന്നു. അനുഭവങ്ങളുടെ ചൂടിൽ വെന്ത ചിന്തകളാണവ. വീടില്ലാത്തവരുടെ വീടാണ് ഭൂമിയെന്നും നാം ഇവിടെനിന്നും അറിയുന്നു. ജയിലിൽ ഒന്നും സംസാരിക്കാനാവാത്ത അവസ്ഥയുണ്ടായപ്പോഴാണ് സുബൈദ സ്വയം സംസാരിക്കാൻ തുടങ്ങിയത്. പിന്നെ സാങ്കല്പിക ദൈവത്തോടായി സംസാരം. മുല്ലാ നസ്റുദ്ദീനോട് ദൈവം എവിടെയെന്ന് ചോദിച്ചപ്പോൾ സ്വയം കണ്ടുപിടിച്ചുവരാനാണ് പറഞ്ഞത്. അതുപോലെ സുബൈദയും.

> ഞാൻ പേ ഇളകിയ പുസ്തകമാണെന്ന് തോന്നുന്നു. അതുകൊണ്ടാകാം ഇത് മുറിവേറ്റ അക്ഷരങ്ങളുടെ രോദനംപോലെയാകുന്നത്. കുറിച്ചിടുന്ന സംഭവങ്ങൾക്ക് ആദിയും അന്തവും കൈമോശം വരുന്നത്. ഇതിനെ കഥയെന്നോ നോവലെന്നോ ആത്മകഥയെന്നോ അല്ല വിളിക്കേണ്ടത്. ഭ്രാന്ത് എന്നതാണ് നല്ല പേര്.

മുറിവേറ്റ വാക്കുകൾക്ക് ചേരുന്ന ഏറ്റവും നല്ല പേരാണത് എന്ന സത്യവാങ്മൂലം സുബൈദയുടെ രചനകളുടെയാകെ മാനിഫെസ്റ്റോയാണ്. ഇത്രയും മുറിവേറ്റിട്ടും എയാൾ ഇപ്പോഴും ബലിയാടായിത്തുടരുന്നു.

ഞാൻ ബലിയാടായിത്തുടരുക തന്നെ ചെയ്യും. ആരെങ്കിലും അത് ആകേണ്ടിയിരിക്കെ എന്ന് എ അയ്യപ്പൻ പറഞ്ഞതു പോലെ.

ചൂട്ടെഴുത്ത്

ഇ പി രാജഗോപാലൻ

കാസർഗോഡ് വെച്ച് 2001 ൽ സംഗീത നാടക അക്കാദമി ഒരു ഷേക്സ് പിയർ നാടകോത്സവം നടത്തി. *മാരാ നായക* എന്ന പേരിൽ *മെക്ബത്ത്* കന്നഡ നാടകമായി വന്നു. മൈസൂർ സെൻട്രൽ ജയിലിലെ തടവു പുള്ളികളായിരുന്നു നടന്മാരെല്ലാം. *മെക്ബത്തിന്റെ* ചില അവതരണ ങ്ങളിൽ നിന്ന് *മാരാനായക*യെ വ്യത്യസ്തമാക്കിയത് വലിയ ഒച്ചകളാ യിരുന്നു. കഴിയുമ്പോഴൊക്കെ, കഴിയാത്തപ്പോഴും, ആഘോഷിക്കുന്ന പുരുഷാരം നാടകത്തിൽ ഇടയ്ക്കിടെ രൂപംകൊണ്ടു. ജയിലിൽ അനുവ ദിക്കപ്പെടാത്ത ശബ്ദത്തിന്റെ സ്വാതന്ത്ര്യം അരങ്ങിലെ സ്വാതന്ത്ര്യമാക്കി മാറ്റുകയാണ് നടന്മാർ എന്ന് തോന്നി. *സൂർ* എന്ന സുബൈദയുടെ (അബൂ ബക്കറിന്റെ) ഈ നോവൽ അമ്മാതിരി ഒരു അനുഷ്ഠാനമാണ്.

തടവ് മരണതുല്യമായ അവസ്ഥയാണ്. സ്ഥലകാലങ്ങളുടെ ചെറു താവലാണ് മരണവും. തടവറ സവിശേഷമായ മനോമണ്ഡലമായും മാറും. അവിടെ പൊതുസംസ്കാരത്തിന്റെ അക്ഷാംശ രേഖകളെല്ലാം സംഭ വിക്കുക പലപ്പോഴും പ്രാകൃത വാസനകളുടെ ഊഞ്ഞാലാട്ടം തടവറയിലെ ജന്മങ്ങളെ കീഴടക്കും.

ചിത്രം വരയ്ക്കാനോ, കവിത എഴുതാനോ കഴിഞ്ഞിരുന്നുവെങ്കിൽ എന്ന് ഇതിലെ മനുഷ്യൻ ആഗ്രഹിക്കുന്നുണ്ട്, സാദ്ധ്യതയില്ല എന്നു മാത്രം. അയാൾ സാധാരണ ഒരാളല്ല. സർഗ്ഗാത്മകതയുള്ള ആളാണ്. അതിനാൽ താൻ ഓർമ്മകളുടെ സർഗ്ഗാത്മകതയിലേക്ക് പറക്കുന്നു. മാറി ക്കൊണ്ടിരിക്കുന്ന ജയിൽ ജനസംഖ്യയുടെ മുഖത്തേക്കു നോക്കി ജീവിതത്തെക്കുറിച്ചുള്ള പുതിയ പാഠങ്ങൾ അഭ്യസിക്കുന്നു. അതിനാൽ നന്മയുടെ ഉയിരായി അയാൾ സ്വയം രൂപാന്തരപ്പെടുന്നു. ജീവിതം അയാളോട് നന്മചെയ്തില്ല. സ്വന്തം നന്മയാൽ അയാൾ ജീവിതത്തോട്

ഏറ്റുമുട്ടുന്നു. തടവറയെ സൗന്ദര്യത്തിലേക്ക് പരിഭാഷപ്പെടുത്തുന്നുണ്ട് ഈ നില.

അയാൾക്ക് തടവറ ഏതാനും അടച്ചുകെട്ടിയ സ്ഥലമാകുന്നില്ല. അയാൾ ജന്മഗ്രാമത്തിലേക്കും, കുടുംബ ചരിത്രത്തിലേക്കും നാടകത്തിലേക്കും സമീപ ഭൂതങ്ങളിലേക്കും ലക്കും ലഗാനുമില്ലാത്ത സഞ്ചാരത്തിലാണ്. നന്മ തിന്മകളുടെ കലർപ്പുജീവിതത്തെ ചരിത്രവല്ക്കരിക്കുന്നത് അയാൾ ഏതാണ്ടൊരു നിർമ്മമതയോടെ കണ്ടറിയുന്നു. അനുഭവമാണ് ഈ നോവലിന്റെ ഉറവ. എന്നാൽ അനുഭവം അപ്പടി ആയല്ല ഇതിൽ വരുന്നത്. മനുഷ്യപ്പറ്റ് എന്ന അടിസ്ഥാനഭാവം അനുഭവ സഞ്ചയത്തെ സവിശേഷമാക്കിത്തീർക്കുന്നു. ഇത് പ്രകടനപരമായല്ല.

ഏറെയും ചെറിയ വാക്കുകളിലാണ് നോവൽ. ഇത് ചിന്തയുടെയും, കൃത്യതയുടെയും, സ്പഷ്ടതയുടെയും ലക്ഷണമാണ്. തടവറ ശാപത്തിന്റെ ഇടമായി പൊതു സമൂഹത്തിൽ നിർമ്മിതമായിരിക്കുന്നു. നരകം എങ്ങനെയെന്ന് ഭരണകൂടം ഭൂമിയിൽ ആവിഷ്കരിക്കുകയാണ്. തടവറ മുഖേന നാം അത് ഭയപ്പാടോടെ അറിയുന്നു. എന്നാൽ പീഡനങ്ങളുടെ വേളകൾ ഉണ്ടായാലും അടിസ്ഥാനപരമായ നന്മയും മാനുഷികതയും പൊതുബോധത്തെ തിരുത്താനാണ് ഇതിലെ മനുഷ്യൻ ഒരുമ്പെടുന്നത്. ഇതൊരു ബഷീറിയൻ പ്രമേയമാണ്. ഈ കൃതിയിൽ ഒരിടത്ത് മധുര ദ്രവ്യത്തിന്റെ പശ്ചാത്തലത്തിൽ ബഷീർ ഓർമ്മിപ്പിക്കപ്പെടുന്നത് യാദൃച്ഛികമല്ല.

ലോകത്തിന്റെ ഒരു ചെറിയ പതിപ്പാകുന്നുണ്ട് തടവറയെക്കുറിച്ചുള്ള ഈ ചെറിയ നോവൽ എന്നത് കൗതുകകരമാണ്. വിവിധ രാജ്യങ്ങൾ, ദിക്കുകൾ, സമ്പ്രദായങ്ങൾ, ഭാഷകൾ, ഇതിൽ വന്നുചേരുന്നു. തടവറയുടെ ഇടുക്കത്തെ മനസ്സിന്റെ വലുപ്പം കീഴടക്കുകയാണ്. ഈ നന്മ ദുരന്തവേദിയിലെ പുഞ്ചിരിയാണ്. അതിന് അത്രയും വിലയുണ്ട്.

സ്വന്തം ദുരനുഭവങ്ങൾ വാറ്റി നന്മയുടെ പുസ്തകം ഉണ്ടാക്കിയിരിക്കുന്നു. ഈ എഴുത്തുകാരൻ എടുക്കുന്ന സമീപനം എന്ത് എന്നതിന് ഏറ്റവും തെളിഞ്ഞ തെളിവ് ഉയിർത്തെഴുന്നേല്പിന്റെ ശബ്ദത്താലാണ് നോവൽ വിരമിക്കുന്നത്. സർഗ്ഗാത്മകതയും ഓർമ്മയും വഴി തിന്മ തോല്പിക്കപ്പെടുകയാണിവിടെ.

മുറിവേറ്റ വാക്കുകൾ

സുബൈദ

എന്താണ് സാഹിത്യം എന്ന് എനിക്കറിയില്ല. ജീവിതം പകർത്തുന്നതാണ് അതെങ്കിൽ അതാണ് എന്റെ സാഹിത്യം.

ഞാൻ ജീവിതം പകർത്തുന്നു. ശരീരം സഞ്ചരിക്കുന്ന ആത്മകഥയാണെന്ന് അമേരിക്കൻ എഴുത്തുകാരി മറിലിൻ ഫെർഗുസൻ പറഞ്ഞതിന്റെ നേരർത്ഥമാണിത്.

മഷി നിറച്ചും, വിഷം നിറച്ചും, ചോരനിറച്ചും ജീവിതം എഴുതാം. ജീവിതം അത്രമേൽ ആഘോഷിച്ചതുകൊണ്ടാണ് ഞാൻ ഇതുപറയുന്നത്. ഏറെക്കാലം പലനാടുകളിലും അലയേണ്ടി വരികയും രണ്ടു തവണകളിലായി ഗൾഫുജയിലുകളിൽ കഴിയേണ്ടിവരികയും ചെയ്ത ഞാനിന്ന് നനച്ചിട്ട തുണിപോലെയാണ്. എങ്ങനെ വേണമെങ്കിലും ആവാം. തൂക്കിയിടാം, ചുരുട്ടിവെക്കാം. ആറിയിടാം.

നാളെയെക്കുറിച്ച് ഒരു ഉൽക്കണ്ഠയും ഇല്ല. മരണത്തെക്കുറിച്ചും ഇല്ല ഭീതി. മരണം ദൈവത്തിന്റെ ഭവനത്തിലേക്കുള്ള മടക്കയാത്രയാണ്. ആഘോഷമാണ്.

പറയുന്നത് കേൾക്കാൻ ചെവികളില്ല. അതാണ് ജയിൽ തന്ന പാഠങ്ങളിലൊന്ന്. കേൾക്കാൻ ആരെങ്കിലും വേണമെന്ന കൊതിയും ഇല്ലാതായി.

ഇരു ചുമലിലും രണ്ടു മാലാഖമാർ ഇരിപ്പുണ്ടെന്നും അവർ നമ്മുടെ നന്മ തിന്മകൾ എഴുതി വെക്കുന്നുണ്ടെന്നും ഓത്തുപള്ളിയിൽനിന്നും കിട്ടിയ അറിവുണ്ട്. വലത്തേ ചുമലിലിരുന്ന മാലാഖ നന്മയും, ഇടത്തേ ചുമലിലിരുന്നവൾ തിന്മയും രേഖപ്പെടുത്തുമത്രെ. മരണംവരെ ഇത് തുടരും. മരണശേഷം എന്നെ ദൈവകോടതിയിൽ നിർത്തി എന്റെ കുറ്റപത്രം വായിച്ചുകേൾപ്പിക്കും.

ദൈവം ചോദിക്കും.

മൺ റബ്ബുക്ക? (നിന്റെ നാഥനാര്?)

എത്ര മനോഹരമായ സങ്കല്പം ഇത്.

പിന്നീട് വിധിവരും.

നരകത്തിലേക്കാവാം, അല്ലെങ്കിൽ സ്വർഗ്ഗത്തിലേക്കാവാം അടുത്ത താമസം.

ഒരു മുടിനാരിഴ ഏഴായിക്കീറിയ പാലത്തിലൂടെ മറുകരയിലെ സ്വർഗ്ഗത്തിലേക്കു പോകാൻ കല്പന വരും. ചിലർ വെളിച്ച വേഗതയിൽ, മറ്റു ചിലർ കാറ്റുവേഗതയിൽ, ചിലർ മനുഷ്യവേഗതയിൽ സ്വർഗ്ഗത്തിലേക്ക് ഓടുമ്പോൾ ഞാൻ പാപത്തിന്റെ കുഴിയിലെ ഇരുമ്പു തിളയ്ക്കുന്ന വെള്ളത്തിൽ വീണേക്കാം. ഇരുമ്പുവെള്ളം നൂറു കൊല്ലം തിളപ്പിച്ചപ്പോൾ ചുവന്ന പൂപോലെയാവും. പിന്നെയും നൂറുവർഷങ്ങൾ തിളപ്പിച്ചപ്പോൾ ഇരുട്ടുപോലെയാവും. പിന്നെയും നൂറുകൊല്ലം തിളപ്പിച്ച് പാലുപോലെയായതിൽ എന്നെ കുളിപ്പിക്കും.

അറബിക്കഥകൾ വായിക്കുന്ന ലാഘവത്തോടെ ഇതൊക്കെ അവഗണിക്കാൻ ഞാൻ പ്രാപ്തനാണ് ഇന്ന്. ഞാൻ മുള്ളു പാകിയ വഴികളിലൂടെ നടന്നതുകൊണ്ടാവാം പൂക്കൾ വിരിച്ച പാതകൾപോലും എനിക്കിന്ന് കാലിൽത്തറയ്ക്കുന്നു.

35 വർഷം മുമ്പാണ് മരുഭൂമിയിലെ ജയിലുകളിൽ ഞാൻ തടവിലിടപ്പെട്ടത്. അന്നെനിക്ക് 35 വയസ്സിന്റെ ചുറുചുറുക്കുണ്ടായിരുന്നു. മനസ്സ് നിറയെ നിറമുള്ള കിനാവുകളായിരുന്നു. രാത്രിയും പകലും തിരിച്ചറിയാത്ത ഭൂഗർഭ ജയിലുകളിലടക്കം തടവിൽ കഴിയേണ്ടി വന്നപ്പോഴാണ് എന്നിൽനിന്നും കാലബോധം ഇല്ലാതായത്. അന്ന് എന്നോടൊപ്പം ഉണ്ടായിരുന്നവരെ പിന്നീട് കണ്ടതേയില്ല. തമിഴ്നാട്ടുകാരനായ ഗുരുവർദ്ധനന്റെ കണ്ണുകൾ അവർ ചൂഴ്ന്നെടുത്തു കാണുമോ? കള്ളസാക്ഷി പറഞ്ഞ അയാളുടെ കണ്ണുകൾ ചൂഴ്ന്നെടുക്കാനായിരുന്നു കോടതി വിധി. എന്റെ ഒരു കണ്ണ് അയാൾക്ക് ദാനം ചെയ്യാൻ ഞാൻ ജയിലിൽ കാത്തിരുന്നിരുന്നു. അയാൾ മടങ്ങിവന്നില്ല. കണ്ണില്ലെങ്കിലും പുറത്തു പെയ്യുന്ന മഞ്ഞും മഴയും പൂക്കളും വർണ്ണക്കുരുവികളെയും കാണാനാകുമെന്ന് അയാളും പഠിച്ചുകാണും.

അന്ന് അമ്പതു വയസ്സുണ്ടായിരുന്ന സുഖ്വിന്ദർസിങ് എന്നപേരും, വേഷവും മാറി ജയിലിലെത്തിയ കാസർഗോഡുകാരൻ ഉമ്പായിച്ചയും, അറബിയും, ലഖ്നൗവിൻ നിന്നെത്തിയ ദർജ്ജി മൻസൂറും, നീണ്ടകരക്കാരൻ ഗോപാലകൃഷ്ണൻ മാസ്റ്ററും മലപ്പുറക്കാരൻ മൊയ്തീൻ കുട്ടിയും ഇപ്പോഴും ജീവിച്ചിരിപ്പുണ്ടോ എന്നറിയില്ല. ഞാനിപ്പോളുമുണ്ട്. നാളെയെക്കുറിച്ച് ഒരു നിശ്ചയവുമില്ല. പലരും ഒപ്പമുണ്ട് എന്നത് വെറുതെ ഭംഗിവാക്ക്.

35 വർഷങ്ങൾ ചെറിയ കാലയളവല്ല. എന്നിട്ടും ഉണങ്ങാത്ത നീറ്റലുകൾ കടലാസിൽ പകർത്താൻ കഴിഞ്ഞതിൽ എനിക്ക് സന്തോഷമുണ്ട്. തൃപ്തിയുണ്ട്.

ഒന്ന്

മൗനം കഴുകനെപ്പോലെയാണ് താണിറങ്ങിയത്.

മൂർച്ചയുള്ള വാളുകളായി അത് ഓരോരുത്തരേയും അരിഞ്ഞിട്ടിരിക്കുന്നു. ഒരു ദ്വീപിൽ അകപ്പെട്ടതുപോലെയായ ഞാൻ നിരാലംബനും നിരായുധനുമായി.

തലങ്ങനെയും വിലങ്ങനെയും ചിതറിക്കിടക്കുന്ന ശവങ്ങളാണ് ഞങ്ങളിപ്പോൾ. ഞങ്ങൾക്കു ചുറ്റും മൗനത്തിന്റെ മതിലുകളാണുള്ളത്.

ജയിൽ ഒഴുകാത്ത തടാകമാണെന്ന് എനിക്കു തോന്നി. ഒഴുകുന്നതാണീ തടാകമെങ്കിൽ ഞാനിതിനെ പ്രണയിച്ചേനേ.

എങ്ങനെ തുടങ്ങണമെന്ന് എനിക്കൊരു നിശ്ചയവുമില്ല. സമയം എത്രയായെന്നറിയില്ല. ഇത് പകലാണോ, രാത്രിയാണോ എന്നും അറിയില്ല. ആകാശം മുട്ടുന്ന കരിങ്കൽ ഭിത്തിയുടെ ചതുരക്കീറിലൂടെ കാണുന്നത് സൂര്യനല്ല. ചന്ദ്രനോ, വൈദ്യുതി വിളക്കോ അല്ല. കാരണം അതിന് ചൂടില്ലല്ലോ. നിലാവുമല്ല. അതിന് തണുപ്പുമില്ല. അണയാതെകത്തുന്ന വെളിച്ചം മതിലിനപ്പുറത്തെ ട്യൂബ് ലൈറ്റിന്റേതാകണം.

ജയിലിൽ രാത്രിയും പകലുമില്ലല്ലോ.

എത്ര ദിവസമായി ഞാനിവിടെയെന്നറിയില്ല.

ആരോടാണ് ചോദിക്കുക.

ചുറ്റും സഹതടവുകാരുണ്ട്. അവർ സ്വയം സംസാരിക്കുന്നു.

ചിരിക്കുന്നു. പിറുപിറുക്കുന്നു. പേക്കിനാവുകണ്ടു ഞെട്ടുന്നു.

ഗോപാലൻ മാഷിന് അനങ്ങാനാവുന്നില്ല.

അയാളുടെ മേലാകെ മുളക് മാവ് വാരിത്തേച്ചതുപോലെയുണ്ട്. ഓട്ടുപാത്രം തറയിൽ ഉരസുന്നപോലെ ഞരങ്ങുന്നുമുണ്ട്.

കരഞ്ഞ് കരഞ്ഞ് കണ്ണുനീർ വറ്റി ചലനം നിന്നുപോയ കണ്ണുകൾ.

അയാളെ കാണുമ്പോൾ എനിക്ക് എന്നെക്കുറിച്ച് ഒരു സങ്കടവും തോന്നുന്നില്ല. എനിക്ക് ഇവിടെനിന്ന് കിനാവുകൾ കാണാനാവുന്നുണ്ട്.

ഓർക്കുന്നുണ്ടാവുമോ എന്നറിയില്ല.

നാൽപ്പത്തഞ്ച് വർഷങ്ങൾക്ക് മുമ്പാണത്.

യാത്രപറഞ്ഞിറങ്ങി പറമ്പ് അതിരിലെത്തിയപ്പോൾ വേലിയിൽ കുടുങ്ങിയ തുണി അടർത്തിയെടുക്കാൻ സഹായിക്കാനെത്തിയതായിരുന്നു ആ പെൺകുട്ടി. അവളുടെ മെലിഞ്ഞ വിരലഗ്രത്തിൽ വേലിയിലെ മുള്ളുകൾ നല്കിയ കീറിലെ ചോര ഒപ്പിയെടുക്കാൻ ഞാൻ ഉടുതുണിയുടെ കോന്തല കീറി നീട്ടിയപ്പോൾ.......

അവൾ കുലുങ്ങിച്ചിരിച്ച് ഒഴുകിപ്പോയി.

എള്ളിൻ പൂവിന്റെ മൂക്കായിരുന്നു. ശംഖുപുഷ്പക്കണ്ണുകളായിരുന്നു അവൾക്ക്.

അവൾ വീട്ടിലേക്ക് ഓടിക്കയറി ജാലകക്കീറിലൂടെ എന്നിലേക്ക് ഒഴുക്കിവിട്ടത് പ്രണയത്തിന്റെ ദൂതുകളായിരുന്നോ?

നാല്പത്തിയഞ്ചുവർഷങ്ങൾക്കു മുമ്പാണത്.

വർഷങ്ങൾ പൂവിതൾപോലെ കൊഴിഞ്ഞുപോയി.

ഫ്രോക്കിൽനിന്നും പാവാടയിലേക്ക്, ദാവണിയിലേക്ക്, സാരിയിലേക്ക്.

ഇപ്പോൾ ഭാര്യയോ, അമ്മയോ, അമ്മൂമ്മയോ ആയിക്കാണും.

എന്നെ ഓർമ്മയുണ്ടാവില്ല.

ഓർമ്മിക്കാൻ ഒന്നും നല്കിയിരുന്നില്ല.

കാണണമെന്നുണ്ടായിരുന്നു.......... അതും ഉണ്ടായില്ല.

ഇപ്പോൾ ഞാൻ ഏകാന്തതയുടെ തടവിൽ കഴിയുമ്പോഴും അവൾ വിരുന്നു വരുന്നു. വാർദ്ധക്യം തളർത്തിയ മനസ്സും ശരീരവുമാണ് എന്നിലിനി ബാക്കിയുള്ളത്.

എങ്കിലും ഇത്തരം ഓർമ്മകളാണെനിക്ക് ജീവൻ തരുന്നത്.

ഒരിക്കലീ വാതിൽ തുറക്കപ്പെടും. സ്വതന്ത്രനാകും. ഞാൻ എന്നെ സ്നേഹിക്കുന്നവരിലേക്ക് പറന്നെത്തും. അവരോടു മാപ്പുപറയും.

രണ്ട്

മാഷ് അനങ്ങുന്നുണ്ട്. ചാട്ടവാറുകൊണ്ടായിരുന്നു അയാൾക്ക് അടി കിട്ടിയത്. രണ്ടു ദിവസം മരുഭൂമിയിൽ കെട്ടിയിടുകയും ചെയ്തിരുന്നു.

വന്നവർ വന്നവർ അയാളെ തല്ലിയപ്പോൾ നിലവിളി പുറത്ത് കേൾക്കാതിരിക്കാൻ വായിൽ തുണിതിരുകിയിരുന്നുവത്രെ. വെള്ളത്തിനു കൈ നീട്ടിയപ്പോൾ ആരോ മുഖത്തേക്ക് കാർക്കിച്ചു തുപ്പിയത്രെ.

നാട്ടിൽ അദ്ധ്യാപകനായിരുന്നു. അയാളും സ്വർണ്ണം പൂക്കുന്ന മരുഭൂമിയെ സ്വപ്നം കണ്ടുപോയി.

അഞ്ചുകൊല്ലത്തെ അവധി വാങ്ങി, സർവ്വ ദൈവങ്ങളെയും കണ്ട് അനുഗ്രഹം വാങ്ങി, ബന്ധുക്കളോട് യാത്ര പറഞ്ഞ് സ്വർണ്ണം വാരാൻ അയാളും മുരുഭൂമിയിലേക്ക് വന്നു.

മരുഭൂമിയിലെ ഈന്തപ്പനത്തോട്ടത്തിലായിരുന്നു ജോലി. ഒട്ടകങ്ങളുടെ കാവൽക്കാരനും സംരക്ഷകനുമായി.

മാഷോടൊപ്പം ജോലിചെയ്യാൻ ബലൂചികളും, പഠാണികളും.

അവർ ഒഴിവുനേരങ്ങളിൽ വട്ടത്തിൽ ചുറ്റി കൈകൾ കൊട്ടി പാടി. അയാല (അറബിനൃത്തം) തുള്ളുന്നത് കാണാൻ അറബിപ്പെൺകുട്ടികളെത്തി. പെൺകുട്ടികൾക്ക് അവർ അശ്ലീല ചേഷ്ടകൾ കാണിച്ച് ലൈംഗിക സുഖം നേടി.

ഒരു ദിവസം അറബി പറന്നെത്തി. അയാളുടെ കൈയിൽ കിട്ടിയത് നിരപരാധിയായ ഗോപാലകൃഷ്ണൻ മാസ്റ്ററെ.

അറബി അയാളെ കൊത്തിയെടുത്ത് പുറത്തിട്ടു. മരുഭൂമിയിൽ കെട്ടിയിട്ടു. ദേഷ്യം തീരുംവരെ തല്ലി പതം വരുത്തി.

ഇപ്പോൾ അയാളെന്റെ അരികിൽ കിടക്കുന്നു.

കിനാവുകൾ കാണുന്നവരെ ശിക്ഷിക്കുന്ന നാട്ടിലേക്കാണോ ദൈവമേ ഞങ്ങളെത്തിപ്പെട്ടത്.

മൂന്ന്

ജയിലിൽ കുടുങ്ങുംമുമ്പ് അൽ-ഐനിലെ അറബ് ഇൻഷുറൻസ് കമ്പനിയിലായിരുന്നു എനിക്ക് ജോലി. മാനേജർ ജോർദാൻ പൗരൻ, അൽ സമീർ തൗഫീഖ്.

മുമ്പും ഞാൻ ഈ നഗരത്തിലായിരുന്നു. പൂന്തോട്ടങ്ങളുടെ നഗരത്തിൽ. ബ്യൂട്ടി ഡക്കോർ എന്ന ഇന്റീരിയർ ഡക്കറേഷൻ കമ്പനിയിൽ ഡിസൈനറായിരുന്നു. ഇറാൻ പൗരന്മാരായ നജാഫൂർ, ജമാൽ ഹൈദർ ഖുർശി എന്നിവരായിരുന്നു എന്റെ സ്പോൺസർമാർ.
ഒരുനാൾ സിറിയക്കാരിയായ ഒരു സുന്ദരി ബ്യൂട്ടിഡക്കോറിലെത്തി. സലാം ചൊല്ലി എന്റെ മുന്നിലിരുന്നു.

അവൾ പറഞ്ഞു:

"അന ആമിന സൊവൈദ്. ഫ്രം ഡമസ്ക്കസ്."

സിറിയയിലെ ഡമസ്ക്കസ് എയർപോർട്ടിൽ ഗ്രൗണ്ട് ഹോസ്റ്റസായിരുന്നുവെന്നും ജോലി തേടി വിസിറ്റിങ് വിസയിലാണ് ഇങ്ങോട്ടു വന്നതെന്നും അവൾ പറഞ്ഞു.

അവളുടെ നീലക്കണ്ണുകൾ എന്നിലേക്കു നീണ്ടു.

"ക്യാൻ യൂ ഹെൽപ്പ് മി ഡിയർ"

മരുഭൂമി ചുവപ്പിച്ച കവിളുകളും, നീലക്കണ്ണുകളും ഉള്ള അവളുടെ മുഖത്ത് പ്രതീക്ഷയുടെ നിലാവെട്ടം. ഞാനവൾക്ക് ഖാവ, കൊടുത്തു. മുതലാളി വന്നപ്പോൾ ജോലി നല്കാൻ ശുപാർശചെയ്തു.

നജാഫൂറിന് അവളെ ഇഷ്ടമായി. ക്രമേണ അവർ പ്രണയത്തിലായി. അയാളുടെ കാറിൽ ഊരുചുറ്റി സമ്മാനപ്പൊതികളുമായി അവൾ തിരിച്ചെത്തി.

കമ്പനി പാർട്ണറായ ജമാൽ ഹൈദർ ഖുർശി ഇറാനിൽനിന്നും

വന്നതോടെ നജാഫൂറിന്റെ പ്രണയം പോയി. അയാൾ ഇറാനിലേക്ക് പാറിപ്പോയി.

ആമിന സൊവൈദ് ജമാൽ ഹൈദർഖുർശിയുടേതായി. അവൾ വീണ്ടും പൂത്തു. കമ്പനിയുടെ ഭരണവും താക്കോലും അവളുടെ വാനിറ്റി ബാഗിനുള്ളിലായി. ഞാനവളുടെ കിടപ്പറയുടെ കാവൽക്കാരനായി.

ക്രമേണ കമ്പനി മെലിഞ്ഞു.

ചെക്കുകൾ മടങ്ങി.

ഇടപാടുകാരെ ഭയന്ന് ജമാൽ ഹൈദർ ഖുർശി ഒളിവിൽ പോയി . കേസ് കോടതിയിലെത്തി. കോടതി കമ്പനിയുടെ ഷട്ടർ താഴ്ത്തി പൂട്ടിട്ട് സീലുവെച്ചു. ആമിന സൊവൈദ് പുതിയ കാമുകനോടൊപ്പം സിറിയയിലേക്കു പറന്നു. ജമാൽ ഹൈദർഖുർശി സമനില തെറ്റി പാർസി കവിതകൾ ചൊല്ലി അൽലൈൻ നഗരത്തിലൂടെ ഭ്രാന്തനെപ്പോലെ അലഞ്ഞു.

ഞാൻ തൊഴിൽരഹിതനായി.

അങ്ങനെയാണ് ഞാൻ ഇൻഷുറൻസ് കമ്പനിയിലെ ബോയിയായത്.

ഈ കമ്പനിയിൽ നാലുകൊല്ലം ജോലിചെയ്തപ്പോൾ പ്രവാസ ജീവിതം മടുത്തു. മനസ്സിൽ തോന്നി; നാട്ടിലേക്കു മടങ്ങാം.

ഏതെങ്കിലും നഗരത്തിൽ സ്വന്തമായി ഒരു വീട്, സ്വന്തമായി ഒരു പ്രസ്, വിവാഹം, ഭാര്യ, കുട്ടികൾ........

രാജിവെച്ചാൽ കമ്പനിയിൽനിന്നും കിട്ടുന്ന വലിയ സംഖ്യ പ്രതീക്ഷയ്ക്ക് ചിറകായി.

വിവരമറിഞ്ഞപ്പോൾ മാനേജർ സമ്മതം തന്നു.

സഹപ്രവർത്തകർ പ്രോത്സാഹനം തന്നപ്പോൾ രാജിക്കത്ത് എഴുതിക്കൊടുത്തു.

ജോലി രാജിവെച്ചു ഒരു മാസം കഴിഞ്ഞു വന്നാലേ ആനുകൂല്യങ്ങൾ കിട്ടൂ.

മാനേജർ പറഞ്ഞു.

ഒരു മാസം കഴിഞ്ഞ് പാസ്പോർട്ടും ആനുകൂല്യങ്ങളും വാങ്ങാൻ എത്തിയപ്പോൾ മാനേജർ എന്നെ കാറിലിരുത്തി എമിഗ്രേഷൻ ഓഫീസിലെത്തിച്ചു. എന്നെ പൊലീസുകാർക്ക് കൈമാറി അയാൾ സ്ഥലം വിട്ടിരുന്നു.

ഞാൻ വഞ്ചിക്കപ്പെട്ടിരിക്കുന്നു.

നാലുകൊല്ലത്തെ ബോണസും ഇൻക്രിമെന്റും ശമ്പള കുടിശ്ശികയും പകൽക്കിനാവായി. ആനുകൂല്യങ്ങൾ തരാതെ മാനേജർ എന്നെ ജയിലിലടപ്പിച്ച് സ്ഥലം വിട്ടിരിക്കുന്നു. എന്റെ ആനുകൂല്യങ്ങൾ അയാൾ കൈക്കലാക്കിയിരിക്കാം.

ഞാൻ ബൊമ്മണക്കോടൻ.

മന്ദബുദ്ധി.

പൊട്ടൻ.

മാഷന്മാർ പറഞ്ഞിരുന്നു.

അന്റെ തലയിൽ ചാണോം നിറച്ചിന് എന്ന്. ഞാൻ പൊട്ടനെന്ന്

അഞ്ചാം ക്ലാസിൽ പഠിക്കുമ്പോൾ ജാനകി ടീച്ചർ നടത്തിയ സാഹിത്യ മത്സരത്തിൽ കവിതയ്ക്ക് സമ്മാനം കിട്ടിയതോടെ ബൊമ്മണക്കോടൻ കവിയായി.

ചിരിവരുന്നു.

ജയിലിലിരുന്ന് എനിക്കു ചിരിക്കാനാകുന്നു.

ഇതെന്റെ ഭാഗ്യം.

നാല്

ഇത് നോമ്പാണ് മാസം.

സ്വർഗ്ഗത്തിന്റെ വാതിലുകൾ തുറന്നു വെക്കുന്ന പുണ്യമാസം. നോമ്പുകാലത്ത് പകൽനേരങ്ങളിൽ അന്ന പാനീയങ്ങൾ അരുത്. പുകവലി പാടില്ല, നമസ്കരിക്കാം. ദൈവത്തെ വിളിച്ച് ദിക്റുകൾ ചൊല്ലാം. മരിച്ചാൽ നേരെ സ്വർഗ്ഗത്തിലെത്താം.

ദേഹശുദ്ധി വരുത്താതെ ഞാനെങ്ങനെ നമസ്കരിക്കും.

നോമ്പെടുക്കും.

ഞാൻ മാഷോടു തിരക്കി:

പട്ടിണി കിടന്ന് മരിച്ചാൽ സ്വർഗ്ഗം കിട്ട്വോ മാഷേ.

മാഷ് മിണ്ടുന്നില്ലല്ലോ.

തടവുകാരനായ അറബി കവാത്ത് നിർത്തി ചുമരോടു മുഖം ചേർത്തു വെച്ചിരിക്കുന്നു. പുക പുറത്തു വരാതിരിക്കാൻ അയാൾ പാടുപെടുന്നു.

ഇടയ്ക്കിടെ എന്നിലേക്കും, പൊലീസുകാരനിലേക്കും കാക്കക്കണ്ണെറിയുന്നു.

പൊലീസുകാരനും, അയാളുടെ തോക്കും തോക്കിന്റെ തലയിൽ വിശ്രമിക്കുന്ന തൊപ്പിയും ഉറക്കത്തിലാണ്. നോമ്പുകാലമായതുകൊണ്ട് അയാൾ രാത്രിയിൽ ഉറങ്ങിയിട്ടുണ്ടാവില്ല.

അഞ്ച്

ഖാദർ പെണ്ണുകേസിലാണ് ജയിലിലായത്. അറബി വീട്ടിലേക്ക് വേലയ്ക്കായി നാട്ടിൽനിന്നും പെണ്ണിനെ കൊണ്ടുവന്നു. വേലയ്ക്കു നിന്ന വീട്ടിൽനിന്നും പെണ്ണിനെ കാണാതായി. ഖാദർ ജയിലിലായി.

അയാൾ എന്നോട് ചോദിച്ചുകൊണ്ടിരിക്കുന്നു.

എന്നെ കൊല്ലോ?

പറഞ്ഞുപറഞ്ഞിരിക്കേ അയാൾ ആലിലപോലെ വിറയ്ക്കാൻ തുടങ്ങി. കുഴഞ്ഞുവീണു. കൈകാലുകൾ തറയിലിട്ടടിച്ചു. വായിൽ നിന്നും ചോരയും പതയും പുറത്തേക്കൊഴുകിയതോടെ അയാളുടെ വിറയൽ നിന്നു.

അവർ അയാളെ വാരിയെടുത്ത് പുറത്തേക്ക് കൊണ്ടുപോയി.

ഇന്ന് ഖാദറിനെ.. നാളെ എന്നെയും കൊണ്ടുപോകും.

ഞാൻ പൊലീസുകാരനോട് തിരക്കി.

എന്നാണ് എന്നെ കൊല്ലുക?

അയാൾ മറുപടി പറഞ്ഞില്ല.

ആറ്

അൽ-ഐനിലെഷെഹനായിക്കുന്ന്. അതിന്റെ താഴ്വരയിലായിരുന്നു ഞാൻ താമസിച്ചിരുന്ന വാടക വീട്.

ഇപ്പോൾ അവിടെ നാട്ടുകാരുണ്ട്. ആറിയിട്ട എന്റെ ഉടുപ്പുകളും നാട്ടിലേക്ക് കൊണ്ടുപോകാൻ പലപ്പോഴായി വാങ്ങിസൂക്ഷിച്ച പൊതികളും പത്തു വർഷത്തെ ഗൾഫ് സമ്പാദ്യങ്ങളുമുണ്ട്. തിരിച്ചുവരാമെന്ന് പറഞ്ഞ് വാടകവീട്ടിൽ നിന്നിറങ്ങി ഇൻഷുറൻസ് കമ്പനിയിലെത്തിയ ഞാൻ തിരിച്ചുപോയില്ല.

ഞാൻ ജയിലിനുള്ളിലായി.

കുന്നിന്റെ മുകളിൽ കയറി ആകാശം നോക്കി, മരുഭൂമി നോക്കി ഞാൻ പാടിയ കവിതകളേറെ. അവിടെയിരുന്ന് നാടിനെക്കുറിച്ചോർത്തു കരഞ്ഞത്, ചിരിച്ചത് ഏത് ജന്മത്തിലായിരുന്നു.

കുന്നിന്റെ മുകളിലിരുന്നാൽ അൽഐൻ നഗരം കാണാമായിരുന്നു.

കെന്നഡിപ്പാലവും പച്ചക്കൊടി പാറുന്ന പഠാണി കോളനികളും അറബിപ്പുരകളും കാണാമായിരുന്നു.

എന്തിനാണ് എന്നെ ജയിലിലടച്ചത്?

എനിക്കറിയില്ല സഹോദരാ......

പൊലീസുകാരൻ കൈമലർത്തി.

ഇരുമ്പഴിക്ക് പുറത്ത് ഈസാ മൂസ്സ വന്നു കുലുങ്ങിച്ചിരിച്ചു.

പരിപ്പുകറിയും കുബുസുമാണ് ഈസാ മൂസ്സ. അതാണിപ്പോൾ ഞങ്ങളുടെ ദൈവം. അന്നദാതാവ്.

ഏഴ്

വർഷങ്ങളായി ഞാൻ ഒഴുകുകയായിരുന്നു. ആരോ ഒഴുക്കിവിട്ട കടലാസു തോണിപോലെ. ഞാനിപ്പോൾ പോയകാലത്തിന്റെ സമൃദ്ധി യോർത്തു സങ്കടപ്പെടാൻ പോലുമാവാതെ ക്ഷീണിതനായി. കാറ്റിന്റെ കൈയിൽപ്പെട്ട പരുത്തിപോലെയാണ് എന്റെ ഇന്നലെകൾ. എവി ടെയെല്ലാമാണ് അത് ചിതറിപ്പോയത്.

ഈ ചില്ലയിലിനി ആരും വിരുന്നു വരില്ല. പൂക്കൾ മിഴി തുറക്കില്ല.

കടൽ അഗ്നിക്കുവേണ്ടിയോ അഗ്നി കടലിനുവേണ്ടിയോ ദാഹിക്കില്ല.

വാർദ്ധക്യത്തിന്റെ സ്വപ്നത്തിൽ ഏതാണ് യാഥാർത്ഥ്യം?

ഗോപാലകൃഷ്ണൻ മാസ്റ്ററെ പൊലീസുകാർ തിരിച്ചുകൊണ്ടുവന്നു. അയാൾക്കിപ്പോൾ താടിയില്ല, മീശയില്ല, തലയിൽ മുടിയുമില്ല.

ഷോക്ക് കൊടുത്തിരിക്കും.

ആരോ പറഞ്ഞു.

ഞാൻ അയാളെ തൊട്ടു.

ഇല്ല അനക്കമില്ല, ഒന്നും പറയുന്നില്ല.

ഞങ്ങൾ തടവുകാർ ഉള്ളുതുറന്ന് സംസാരിക്കാറില്ല ഞങ്ങൾക്കാ രെയും വിശ്വാസമില്ല. അരികിൽ ചേർന്നിരുന്നിട്ടും ഇരുപാദം വെച്ചാലുള്ള വിടവുപോലെ ഞങ്ങൾ അകലം കാത്തു. മടുക്കുമ്പോൾ സ്വയം പിറു പിറുത്തു. വായുവിൽ ചിത്രം വരഞ്ഞു. മുഷ്ടി ചുരുട്ടി ചുമരിലിടിച്ച് സ്വയം പരതി. കൈയിലെ ചോര ചുവരിലെ കൈയൊപ്പായത് നോക്കിയിരുന്നു കരഞ്ഞു.

എട്ട്

ഷാർജയിലെ പാലക്കാടുകാരന്റെ മെസിലായിരുന്നു അന്ന് എനിക്ക് ജോലി. അടുക്കളയിൽ രാപ്പകൽ പണിതിട്ടും അയാൾ ശമ്പളം തന്നില്ല. വയറു നിറച്ച് ആഹാരം കിട്ടിയില്ല.

ജോലി വിട്ടുപോയാൽ പൊലീസിനെ അറിയിക്കുമെന്ന അയാളുടെ ഭീഷണിക്ക് മുന്നിൽ ഞാൻ ഭയന്നു.

എനിക്ക് പാസ്പോർട്ടില്ല. വിസയില്ല.

അയാൾ കപ്പലിലെ ടെലിഫോൺ ഓപ്പറേറ്റർ. കപ്പലിൽ ബോയിയായിരുന്ന എന്റെ കരാറിന്റെ കാലാവധി കഴിഞ്ഞ് ഷാർജ തുറമുഖത്തിറങ്ങിയ എന്നെ അയാൾ കണ്ടു. സഹായം ചോദിച്ച എന്നെ കാറിലിരുത്തി ഇരുമ്പുഗേറ്റുള്ള മതിലിനുള്ളിലെ അയാളുടെ മെസിനകത്താക്കി.

ഞാൻ മെസിൽ സഹായിയായി. എച്ചിൽപ്പാത്രങ്ങൾ കഴുകി വിരലുകൾക്കിടയിൽ ചൊറി വന്നു. തീയൂതി തീയൂതി കണ്ണുകൾ പഴുത്തു.

എലികളും കൂറകളും ഭരിക്കുന്ന സ്റ്റോർ മുറിയാണ് എന്റെ കിടപ്പറ. ചാക്കുകെട്ടുകൾക്കിടയിൽ മറ്റൊരു ചാക്കുപോലെ ഞാൻ കിടന്നു. പുതച്ചുറങ്ങാൻ ശുക്ലക്കറ നാറുന്ന പഴകിക്കീറിയ പുതപ്പ്.

നേരം പുലരുംമുമ്പ് മുതലാളി വരും. എന്നെ ഉണർത്താൻ ചവിട്ടുകയും ശകാരിക്കുകയും ചെയ്യും.

അപ്പോഴും പുറത്തെ ഈന്തപ്പനച്ചുവട്ടിൽ നിലാവ് ബാക്കിയുണ്ടാകും. പള്ളിമിനാരങ്ങൾ സുബ്ഹി ബാങ്ക് വിളിക്ക് ഉണർന്നിട്ടുണ്ടാവില്ല.

നേരം വെളുക്കട്ടെ എന്ന അപേക്ഷ കേട്ടാലും മേലിൽ മഴ പെയ്യും. തറ നനയും. അടുപ്പിൽ തീ കൂട്ടുമ്പോൾ തോന്നിയിട്ടുണ്ട്.

ഞാനീ മെസ് കെട്ടിടത്തിന് തീയിടും. അതിൽ പാടി ഞാനും മരിക്കും. അതൊന്നും സംഭവിക്കരുതെന്ന് ഞാൻ ദൈവത്തോട് കേണു.

ഒൻപത്

പാതിരാത്രി. മരുഭൂമിയും മെസ് ഹാളും കിടപ്പറകളും ഉറങ്ങുന്നു. അടുക്കളയിൽ ഞാൻ മാത്രം ബാക്കി.

എച്ചിലുകൾ നിറച്ച ബക്കറ്റ് ചുമലിലെടുത്ത് മുനിസിപ്പാലിറ്റി വണ്ടിക്കരികിലേക്ക് ഞാൻ കള്ളുകുടിയനെപ്പോലെ ഒഴുകി.

തലയിലും മുഖത്തും ഉടുപ്പിലും നാറുന്ന അഴുക്കുവെള്ളം ഒഴുകി.

കുളിച്ചാലും തേച്ചാലും മാറാത്ത നാറ്റം. കണ്ണിൽ നീറ്റൽ.

പണികഴിഞ്ഞ് പാതിരായ്ക്ക് എന്തെങ്കിലും

എഴുതാനിരിക്കുമ്പോൾ മുതലാളി വന്ന് ലൈറ്റണയ്ക്കും.

ഇരുട്ടിലിരുന്ന് ഞാൻ കേണു.

ഞാനീ കത്തൊന്ന് പൂർത്തിയാക്കിക്കോട്ടെ.

അയാളത് കേൾക്കില്ല.

ലൈറ്റണച്ച് ഷൂസുകൾ കരയിച്ച് അയാൾ തണുപ്പിച്ച കിടപ്പറയിലേക്ക് മടങ്ങുമ്പോൾ ഞാൻ സ്വിച്ച്ബോർഡ് പരതി. വെളിച്ചത്തിൽ കുളിച്ചു.

തിരിച്ചുവന്ന് എന്നോട് കലമ്പി. പ്രതികരിച്ചപ്പോൾ ഷൂസ് മുഖത്തും മേലിലും പതിഞ്ഞു. ചീത്തവിളികൾ പെരുമഴയായി.

സഹികെട്ടപ്പോൾ ഞാനൊരിക്കൽ അയാളുടെ നേർക്ക് മുഷ്ടി ചുരുട്ടി.

“എന്നെ നിങ്ങൾക്കറിയില്ല മുതലാളി. ഞാൻ വിപ്ലവമാകും. നിങ്ങൾ കവരുന്നത് എന്റെ ആരോഗ്യംമാത്രമല്ല സ്വാതന്ത്ര്യം കൂടിയാണ്.”

അടുക്കളമൂലയിലിരുത്തി ഗൗതമേട്ടൻ തരുന്ന ദ്രാവകം എന്നെ തളർത്തും. എച്ചിൽക്കൂനയിൽ കിടന്ന് മറ്റൊരു എച്ചിലായ ഞാൻ കാലിൽ വീണു കേണു.

ഗൗതമേട്ടാ .... എനിക്ക് മരിക്കണമെന്നായിരുന്നു. ഇല്ലെങ്കിൽ

എനിക്ക് സ്വാതന്ത്ര്യം വേണമായിരുന്നു.

എന്നോടൊപ്പം കപ്പലിൽ ജോലി ചെയ്തിരുന്ന ജയൻ എന്നെ കാണാൻ മെസിൽ വന്നു. എന്നെ കണ്ട് അയാൾ അമ്പരന്നു.

അയാൾ പറഞ്ഞു.

മറ്റെന്തെങ്കിലും ജോലിക്ക് ശ്രമിച്ചൂടേ, നിങ്ങൾ ഒരു എഴുത്തുകാരനല്ലേ?

എനിക്ക് പാസ്പോർട്ടില്ലെന്ന് പറഞ്ഞില്ല. മുംബൈയിൽനിന്നും ലാഞ്ചിൽ കയറിയാൽ പാസ്പോർട്ടും വിസയും ഇല്ലാതെ ഗൾഫിൽ എത്താമെന്ന് പറഞ്ഞില്ല.

അത് അറിഞ്ഞതുകൊണ്ടാണ് മുതലാളി എന്നെ ഭീഷണിപ്പെടുത്തി അയാളുടെ അടിമയാക്കിയതെന്നും ഞാൻ പറഞ്ഞില്ല.

അന്നു രാത്രി മെസിനോടു ചേർന്ന ഓരോ കിടപ്പറകളുടെയും വാതിലുകൾ ഓരോന്നായി ബഹളത്തോടെ തുറക്കപ്പെട്ടു. വരാന്തയിലെ ഇരുട്ട് ഭയന്നോടി. വെളിച്ചം എന്നെ പൊതിഞ്ഞു.

വാതിൽ തുറന്ന് പുറത്തിറങ്ങിയവർ എന്നെ ശകാരിച്ചു. ചിലർ തുപ്പി . ചിലർ ചവിട്ടി.

തറയിൽ കിടന്ന ഞാൻ അവരുടെ കാലിൽ തൊട്ടു കേണു.

എനിക്ക് മാപ്പാക്കിത്തരണം. മാപ്പാക്കിത്തരണം.

മുതലാളിക്കു വേണ്ടിയാണ് അവർ എന്നെ തല്ലിയത്. ചവിട്ടിയത്. മുതലാളി അണച്ച വെളിച്ചം ഞാൻ തെളിച്ചിരുന്നു. അതിനായിരുന്നു ശിക്ഷയെല്ലാം.

അടുത്ത ദിവസം മെസിലെ താമസക്കാരനായ ഹബീബ് അടുക്കളയിൽ വന്നു. അയാളുടെ കൈയിൽ കപ്പൽ മേൽവിലാസത്തിൽ എനിക്ക് വന്ന കത്തുകൾ. റാപ്പർ പൊട്ടിക്കാത്ത വാരിക, മാസികകൾ. കപ്പലിൽ നിന്നും ലീവിൽ കരയ്ക്കിറങ്ങുമ്പോൾ ജയൻ കൊണ്ടുവന്നതാവാം.

എച്ചിൽപ്പാത്രങ്ങൾക്കരികിൽ വന്ന് അയാൾ പറഞ്ഞു.

“ഞാൻ ഹബീബ്, കൊടുങ്ങല്ലൂരാണ് വീട്.”

ഞാൻ അയാളുടെ കാലിൽ നോക്കി.

ഇത് എന്നെ ചവിട്ടിയ കാലാവാം.

തുപ്പിയ ചുണ്ടുകളാവാം.

വർഷങ്ങൾ കടന്നുപോയി. പങ്കായം പോയ തോണിപോലെ ഞാൻ പലയിടത്തായി. പിന്നീട് ഹബീബിനെ കണ്ടില്ല. മുതലാളിയായ നാരാണേട്ടനെ കണ്ടില്ല. ഹബീബിനെ ഇനി കാണാനാവില്ല.

പത്രത്തിലെ ചരമക്കോളത്തിലാണ് അവസാനം കണ്ടത്.

വാഹന അപകടത്തിൽ ....

അയാളുടെ വിവാഹ വാർത്തയും പത്രമാണ് എന്നോട് പറഞ്ഞത്. വൈക്കം മുഹമ്മദ് ബഷീറിന്റെ മകളാണ് ഹബീബിന്റെ ഭാര്യയെന്ന്.

മാതൃഭൂമി വാരികയിലെ വിവാഹിതരായി എന്ന കോളത്തിൽ വന്ന

അയാളുടെയും ഭാര്യയുടെയും പടം മുറിച്ച് ഞാനന്ന് വാടകമുറിയിലെ ചുമരിൽ ഒട്ടിച്ചിരുന്നു.

അന്ന് സഹവാസികൾക്കെല്ലാം മധുരം വിളമ്പിയിരുന്നു.

ഹബീബ്, അയാൾ ദൈവത്തിന്റെ ഭവനത്തിലേക്കു മടങ്ങി.

ദൈവം അയാൾക്കു വേണ്ടി സ്വർഗ്ഗത്തിന്റെ വാതിൽ തുറന്നു കൊടുക്കും.

കാരണം അയാൾ നാരാണേട്ടന്റെ മെസ്സിൽനിന്നും എന്നെ രക്ഷപ്പെടുത്തിയിരുന്നു.

പത്ത്

ആരോ കാഹളം ഊതുന്നു.

സൂർ എന്ന കാഹളംവിളി. ഇത് ഖിയാമം നാളിന്റെ അടയാളമാണത്രെ. മലക്കുകൾ സൂർ എന്ന വാദ്യോപകരണത്തിലൂടെ ഊതുമ്പോൾ ദുനിയാവ് മാഞ്ഞുപോവുമത്രെ.

ലോകം അക്ഷരങ്ങൾ മാഞ്ഞ പുസ്തകം പോലെയാകുമത്രെ.

വീണ്ടും കാഹളംവിളി.

അതിന്റെ ശബ്ദം ജയിലറകൾക്കുള്ളിൽ പ്രകമ്പനംകൊണ്ടു.

പൊലീസുകാരനാണത്.

അയാൾ വീണ്ടും കാഹളം ഊതി ഞങ്ങളെ ഓരോരുത്തരേയും ഉണർത്തുന്നു.

ഞാൻ എഴുന്നേറ്റു.

ഇരുമ്പഴിക്കുപുറത്ത് വരിയൊപ്പിച്ചുനിർത്തിയ തടവുകാർക്കൊപ്പം ഞാനും കണ്ണിചേർന്നു.

അയാൾ ഞങ്ങളെ എണ്ണി.

പത്തുവരെ എണ്ണി.

അയാൾക്ക് എണ്ണാൻ അറിയുന്നില്ല.

ഞങ്ങളും എണ്ണിയെണ്ണി തെറ്റിയവർ.

പതിനൊന്ന്

അൽ-ഐനിലെ പാർക്കിലിരുന്നപ്പോഴാണ് സുഹൃത്ത് കഥ പറഞ്ഞു തുടങ്ങിയത്. ദുബൈക്കാരനായ ഉണ്ണി നാട്ടിലെത്തി നാടൻപെണ്ണിനെ വിവാഹം കഴിച്ചതും അവളുടെ ആഗ്രഹങ്ങളുടെ നിസ്സാരത വലുതായി വലുതായി അവളെ വിഴുങ്ങുകയും ചെയ്ത കഥ.

ഉണ്ണി നവവധുവിനോടൊപ്പം പട്ടുമെത്തയിൽ കിടക്കുമ്പോൾ അവളുടെ ചെവിയിൽ ചോദിച്ചത്രെ.

നിന്റെ ഏറ്റവും വലിയ ആശയെന്ത്.

അവൾ സംശയത്തോടെ, നാണത്തോടെ ഉണ്ണിയെ നോക്കി.

സ്നേഹംകൊണ്ട് പൊതിയാൻ നോക്കുന്ന ഭർത്താവിനോട് അവൾ പതുക്കെ പറഞ്ഞു.

ഉണ്ണിയേട്ടാ ഞാൻ തീവണ്ടി കണ്ടിട്ടില്ല. എനിക്ക് തീവണ്ടി കാണിച്ചു തരുവോ?

അയാൾക്ക് ഭാര്യയോട് സഹതാപം തോന്നി.

ഇരുപതാം നൂറ്റാണ്ടിൽ തീവണ്ടി കാണാത്ത പെൺകുട്ടിയാണ് എന്റെ ഭാര്യ എന്നയാൾ സങ്കടപ്പെട്ടു.

അടുത്ത ദിവസം പട്ടുസാരി ചുറ്റിച്ച് ഭാര്യയേയും കൂട്ടി അയാൾ തീവണ്ടി കാണാൻ പോയി.

തീവണ്ടി കൂകിപ്പായുന്നത് നോക്കി ഒരു അത്ഭുതം കാണുന്നതു പോലെ അവൾ കൈകൊട്ടിച്ചിരിച്ച് തുള്ളിച്ചാടി.

അവൾ പറഞ്ഞു.

നമുക്ക് തീവണ്ടിയിൽ കയറണം ഉണ്ണിയേട്ടാ.

അടുത്ത ദിവസംതന്നെ അവർ തീവണ്ടിയിൽ കയറി. സന്തോഷംകൊണ്ടവൾ തുള്ളിച്ചാടി. തീവണ്ടിയുടെ വേഗതയിൽ പിറകിലേക്കോ

ടുന്ന കാഴ്ച്ചകൾ കൺനിറയെ കണ്ട് വിളിച്ചു പറഞ്ഞു.

ഉണ്ണിയേട്ടാ പുഴ......കുന്ന്.......പാലം.....

തൃശ്ശൂരിലെത്തിയ അവർ ഗുരുവായൂരിലെത്തി മടങ്ങി.

ഭാര്യയുടെ ആഗ്രഹം സാധിച്ചുകൊടുത്ത സംതൃപ്തി അയാളിലും നിറഞ്ഞു.

തീവണ്ടി കണ്ട് തിരിച്ചെത്തിയ അന്ന് രാത്രി മുഴുവൻ അവൾ തീവണ്ടി സ്വപ്നം കണ്ടു.

ഊണിലും ഉറക്കിലും തീവണ്ടി കൂകിപ്പാഞ്ഞു. തീവണ്ടി സ്വന്തമാക്കണമെന്നും അതിൽക്കയറി സ്വർഗ്ഗം കാണാൻ പോകണമെന്നും, അവൾ പിച്ചും പേയും പറഞ്ഞു.

പട്ടുമെത്തയിൽ മയക്കത്തിലായ ഉണ്ണിയുടെ ചെവിയിൽ ചുണ്ടുകൾ തിരുകി അവൾ പതുക്കെ പതുക്കെ തന്റെ സ്വപ്നങ്ങളുടെ കെട്ടഴിച്ചു.

അവളുടെ ആഗ്രഹം കേട്ട് ഉണ്ണി മൂളി.

ഉം.

എന്നിട്ട് നമുക്ക് തീവണ്ടി കയറി..........തീവണ്ടി കയറി. അങ്ങ് ദൂരെ.

ഉണ്ണിയിൽനിന്നും പ്രതികരണമില്ല.

പെൺകുട്ടിക്ക് സഹിക്കാനായില്ല.

അവൾ അയാളുടെ ചെവിയിൽ സ്വപ്നങ്ങൾ കോരി നിറച്ചു.

അയാളുടെ പുതപ്പായി മേലൊട്ടിക്കിടന്നു.

അവധി കഴിഞ്ഞ് ഉണ്ണി മടങ്ങി.

ഗൾഫിലെത്തിയ ഉണ്ണി വീണ്ടും ഒട്ടകമായി. മരുപ്പച്ചതേടി മരുഭൂമി താണ്ടി.

അയാളിൽനിന്നും സ്വപ്നങ്ങൾ മാഞ്ഞു.

അയാളുടെ ഭാര്യ തീവണ്ടിയുമായി വരുന്ന ഉണ്ണിയേട്ടനെ കാത്ത്...... കാത്ത്.......

അവൾക്കു തോന്നി.

ഉണ്ണിയേട്ടൻ തീവണ്ടി മറന്നു. എന്നെയും മറന്നു.

ജാലകക്കീറിലൂടെ തീവണ്ടിയുമായി വരുന്ന ഉണ്ണിയേട്ടനെ അവൾ എല്ലാ രാവിലും സ്വപ്നം കണ്ടു.

വീടറിയാതെ, കാറ്ററിയാതെ അവൾ പാതിരാത്രിയിൽ തീവണ്ടിയുമായി വരുന്ന ഉണ്ണിയേട്ടനെ തേടിയിറങ്ങി.

പെൺകുട്ടി കാത്തുനിൽക്കുന്നതറിയാതെ തീവണ്ടി കൂകിയെത്തി.

അവൾ ചോരപ്പൂക്കളായി.

വിവരമറിഞ്ഞ ഉണ്ണിയുടെ താളവും തെറ്റി. അയാൾ ഉണ്ടില്ല. ഉറങ്ങിയില്ല ഒരുനാൾ അയാൾ ഹാങ്കറിൽ തൂക്കിയിട്ട ഉടുപ്പായി.

പന്ത്രണ്ട്

ഇരുമ്പഴികൾ തേങ്ങിത്തുറന്നു. തോക്കുമായി പൊലീസുകാരൻ ജയിലിനകത്തേക്കു കയറി.

ജയിലിനുള്ളിലെ ഇരുട്ടറയിൽ നിന്ന് തുണിപ്പൊതി വാരി പുറത്തിട്ടു.

മഴയിൽ കുതിർന്നതുപോലുള്ള തുണിപ്പൊതി തറയിൽ കിടന്ന് കൈകാലനക്കുന്നു.

ഏറെ നാൾ ഇരുട്ടിൽ കിടന്നതുകൊണ്ടാവാം അയാൾക്കു കണ്ണു തുറക്കാനാവുന്നില്ല.

കൈകാലുകൾ തല്ലുകൊണ്ട് ചതഞ്ഞ പാമ്പിനെപ്പോലെ തറയിൽ ഒട്ടിക്കിടക്കുന്നു.

പൊലീസുകാർ ഷൂസുകൊണ്ട് ചവിട്ടീട്ടും അയാളെഴുന്നേറ്റില്ല. നിലവിളി പുറത്തുവന്നില്ല. പൊലീസുകാർ അയാളുടെ കൈകാലുകളിൽ ചങ്ങലകെട്ടി പുറത്തേക്കു വലിച്ചു.

അവർക്കു പിറകിൽ തലകീഴായി ചാക്കുകെട്ടുപോലെ സോമാലി പൗരനായ തടവുകാരൻ ഒഴുകിപ്പോയി. എന്തോ വലിയ കുറ്റം ചെയ്ത തിനുള്ള ശിക്ഷയാകും ഇതെന്ന് ആരോ പിറുപിറുത്തു.

പൊലീസുകാർ അയാളെയുംകൊണ്ട് പുറത്തേക്കു പോയി വീണ്ടും വന്നു.

എന്റെ വലത്തേ കൈയും പാകിസ്ഥാനിയുടെ ഇടത്തേകൈയും ഒരു വിലങ്ങിനുള്ളിലായി.

കോണി കയറുമ്പോൾ ഞാൻ ഓർത്തു.

എങ്ങോട്ട്.

ഇന്ത്യയിലേക്ക്.

എന്റെ ഗ്രാമത്തിലേക്ക്.

ഉമ്മയുടെ അരികിലേക്ക്.

ബോംബയിലെത്തി കമ്പിയടിക്കണം മോനെ.

നരച്ച കണ്ണുകൾ പൂവാർണ്ണി തട്ടംകൊണ്ട് തുടച്ച് ഉമ്മ ആവർത്തിച്ചു.

കമ്പിയടിക്കണം മോനെ, കമ്പിയടിക്കാൻ മറക്കണ്ട മോനെ.

പുഞ്ചപ്പാടങ്ങളും, കുന്നും, പാടങ്ങളുമുള്ള ഗ്രാമം.

കസവുകരപോലെ പുഴ ഒഴുകുന്ന നാട്.

റെയിൽവേ സ്റ്റേഷനിലെ വിളക്കുകാലിൽ പാതി കണ്ണുതുറന്ന ചുവന്ന, പച്ച വെളിച്ചങ്ങൾ.

കാക്കി കുപ്പായക്കാരൻ ഇരുമ്പുദണ്ഡിൽ മണിയടിച്ചത്.

കൽക്കരിപ്പൊടി തുപ്പി തീവണ്ടി കൂകിപ്പാഞ്ഞ് സ്റ്റേഷനിൽ വന്നു നിന്നത്, ബോംബയിൽനിന്നും ലാഞ്ചിൽക്കയറി മരുഭൂമിയിലെത്തിയത്.

ഇതെല്ലാം ഏത് അശുഭ മുഹൂർത്തത്തിലായിരുന്നു.

പൊലീസ് വാൻ ചീറിപ്പായുന്നു.

ഇത്, മരുഭൂമിയിലെത്തിയാൽ വണ്ടിയിൽനിന്നും ഞങ്ങളെ സ്വതന്ത്രരാക്കും.

അതിരില്ലാത്ത മരുഭൂമിയിൽ അറബിക്കഥയിലെ മജ്നുവായി ജീവിതകാലം മുഴുവൻ ഞാൻ അലയും.

പൊടിക്കാറ്റിൽ പിരമിഡുകൾ തീർത്ത മൺകൂനയിൽ ഞാൻ ഒളിച്ചിരിക്കും.

അപ്പോൾ ലൈല എന്ന കാമുകി എന്നെ തേടി ഖൈസ്....ഖൈസ് എന്ന് വിളിച്ച് ഇളം കാറ്റായി ഒഴുകി ഒഴുകി വരും.

നീണ്ട നീണ്ട അന്വേഷണങ്ങൾക്കൊടുവിൽ ഒട്ടകം പതിപ്പിച്ച കാലടയാളങ്ങൾ പരതി മണൽക്കൂന ഊതി ഊതി അവൾ എന്നെ പുറത്തെത്തിക്കും. ഒട്ടകപ്പുറത്തിരുത്തി കൊട്ടാരത്തിലേക്ക് അവൾ ഒട്ടകത്തിന് നിർദ്ദേശം നല്കും.

പൊലീസ് വാൻ ഓടുകയാണ്.

ഒരു തണൽമരം പോലുമില്ലാത്ത മരുഭൂമിയിൽ ചൂടുള്ള ഇരുമ്പു ഫലകമായി സൂര്യൻ.

തറവാട്ടിലെ താട്ട്യാത്തി അറ.

കിളിവാതിലിനപ്പുറത്ത് വാഴക്കയ്യിലിരിക്കുന്ന കാക്ക.

ഉമ്മ കാക്കയോടു പറയുന്നുണ്ടാവും.

പണമുണ്ടോ കാക്കേ... കത്തുണ്ടോ കാക്കേ....

കത്തുമില്ല പണവുമില്ല.

പോസ്റ്റാഫീസിൽ പോയി നിരാശയോടെ തിരിച്ചുവന്ന് ഇച്ച പറഞ്ഞത് ഉമ്മകേൾക്കില്ല.

പലിശക്കാരി പാറുവമ്മ തേങ്ങയുടെ ചെവിയും തൂക്കി എന്നെ ശപിച്ചുകൊണ്ട് മുറ്റത്ത് ചുവന്ന ചിത്രംവരച്ച് പിരാകിക്കൊണ്ട് ഇറങ്ങിപ്പോകും.

പതിമൂന്ന്

പുതിയ ജയിൽ എന്റെ വീടുപോലെയായി. വെളിച്ചമുണ്ട്. കാറ്റുണ്ട്.

ജയിലിൽ ഗോപാലൻ മാസ്റ്ററെ പരതി.

കാണുന്നില്ല.

എങ്ങോട്ടേക്കാണ് അയാളെ കൊണ്ടുപോയതെന്നറിയില്ല.

സിലോൺ പൗരൻ ഗുരുവർദ്ധനനേയും കാണുന്നില്ല.

കള്ളസാക്ഷി പറഞ്ഞ ഗുരുവർദ്ധനന്റെ കണ്ണിനാണ് ശിക്ഷ. അയാളുടെ കണ്ണുകൾ അവർ ചൂഴ്ന്നെടുക്കും.

അറബിപ്പുരയിലായിരുന്നു അയാൾക്കു ജോലി.

അറബിഭാര്യയുടെ അവിഹിത ബന്ധത്തെക്കുറിച്ച് കള്ളസാക്ഷി പറയാൻ അറബിയാണ് അയാളെ നിർബ്ബന്ധിച്ചത്.

കോടതി അയാളെ കുറ്റക്കാരനായി വിലയിരുത്തി.

കള്ളസാക്ഷിപറഞ്ഞ അയാളുടെ കണ്ണ് ചൂഴ്ന്നെടുക്കാനായിരുന്നു വിധി.

അതറിഞ്ഞതു മുതൽ അയാൾ കരയാൻ തുടങ്ങിയതാണ്. അപ്പോഴെല്ലാം ഞാൻ അയാളെ എന്റെ മടിയിൽ കിടത്തി ആശ്വസിപ്പിച്ചിരുന്നു.

എന്റെ കണ്ണുതരാം. ഈ ലോകം കാണാൻ എനിക്ക് ഒറ്റക്കണ്ണു മതി..

ഗുരുവർദ്ധനൻ അവിശ്വാസത്തോടെ എന്നെ നോക്കി.

സിലോൺപൗരനായ അയാൾക്ക് ഞാൻ പറഞ്ഞത് വിശ്വസിക്കാനായില്ല.

പൊലീസുകാർ വന്ന് കൈയിൽ വിലങ്ങുവെച്ച് അയാളെ കൊണ്ടുപോകുമ്പോൾ എന്നെ നോക്കുന്നുണ്ടായിരുന്നു. അപ്പോഴും ഞാൻ പറഞ്ഞു.

നീ കണ്ണില്ലാതെ തിരിച്ചു വരുമ്പോൾ ഈ ലോകം കാണാൻ ഞാൻ നിന്റെ കണ്ണാകും..

അയാളെയും ഇവിടെ കാണുന്നില്ല.

കത്ത് പോസ്റ്റ് ചെയ്യാൻ ടൗണിൽ വന്നപ്പോഴാണത്രെ കലന്തൻ ഹാജി ജയിലിലായത്. വർക്കിങ് പെർമിറ്റ് ഇല്ലാതെ ടൗണിൽ കറങ്ങിയ അയാളെ പൊലീസുകാർ ജയിലിൽ പോസ്റ്റു ചെയ്തിരുക്കുന്നു.

അവധിയായതിനാൽ വീട്ടിൽനിന്നും കത്ത് പോസ്റ്റുചെയ്യാൻ ടൗണിൽ വന്നതായിരുന്നു അയാൾ.

പാസ്പോർട്ടിലേയും വിസയിലേയും പേര് ടൈപ്പുചെയ്തപ്പോൾ അക്ഷരങ്ങൾ തെറ്റിയതുകൊണ്ട് എയർപോർട്ടിൽനിന്നും പിടിക്കപ്പെട്ട സഹദേവനും ജയിലിലായി.

വ്യാജ വിസയും ഡ്രൈവിങ് ലൈസൻസും സീലും ഉണ്ടാക്കി വില്ക്കുന്ന വിരുതരും ജയിലിൽ കൂട്ടിനുണ്ട്.

മൊയ്തു രണ്ടു രൂപയുമായാണ് ബോംബെ തുറമുഖത്തുനിന്നും കപ്പലിൽ ഒളിച്ചുകയറിയത്.

ദുബൈ സീ പോർട്ടിൽനിന്നും കോസ്റ്റ് ഗാർഡിന്റെ പിടിയിലകപ്പെട്ട് ജയിലിലായി.

മനീന്ദർസിങ്.

ദുബൈയിൽ എഞ്ചിനിയറായിരുന്നു.

അയാളുടെ ഭാര്യ ഫ്ളാറ്റിൽ തൂങ്ങിമരിച്ചതറിഞ്ഞ് കാറെടുത്ത് ഫ്ളാറ്റിലേക്കു വരുമ്പോൾ ട്രാഫിക്ക് നിയമം ലംഘിച്ചതിന് പൊലീസുകാർ അയാളെ തടഞ്ഞുനിർത്തി. കരഞ്ഞു പറഞ്ഞിട്ടും അവർ കനിഞ്ഞില്ല.

സഹികെട്ട സർദാർജി അവരിൽനിന്നും തോക്ക് പിടിച്ചുവാങ്ങി അവരെത്തന്നെ വെടിവെച്ചിട്ടു.

ഫ്ളാറ്റിലെത്തിയപ്പോഴേക്കും ഭാര്യ ഫാനിൽ തൂങ്ങി നില്ക്കുന്നു.

അയാൾ നേരെ സ്റ്റേഷനിലെത്തി. കൈ നീട്ടി കാണിച്ചിട്ട് പറഞ്ഞു.

ഞാൻ എന്റെ ഭാര്യയെ കൊന്നു. പൊലീസുകാരെയും വെടിവെച്ചു കൊന്നു. എന്നെയും കൊല്ലണം.

മയക്കുമരുന്നു കേസിൽ ജയിലിലായ തമിഴ് നാട്ടുകാരനായ ആദം അയ്യൂബിന്റെ ശിക്ഷയുടെ കാലാവധി കഴിഞ്ഞു. നാടുകടത്താനാണ് കോടതി വിധി.

അയാൾക്ക് പാസ്പോർട്ടില്ല.

ഔട്ട് പാസ് കിട്ടാൻ ഇന്ത്യൻ എംബസി കനിയണം.

എന്റെ ശിക്ഷ എന്താണെന്നറിയില്ല.

നാടുകടത്താനാണ് വിധിയെങ്കിൽ എനിക്ക് ഔട്ട് പാസ് വേണം. എംബസി കനിഞ്ഞില്ലെങ്കിൽ എന്നെ ലാഞ്ചിൽ കയറ്റി ഏതെങ്കിലും അജ്ഞാത തീരത്ത് കൊണ്ടിറക്കും.

പതിനാല്

ജീവിതം എനിക്കൊരു ബാരാധായം കളിപോലെയായിരുന്നു.

മണലിൽ ഈർക്കിലികൊണ്ട് വരയുന്ന ചതുരക്കള്ളികളിലാണ് ബാരാധായം കളിക്കുക.

കളത്തിന്റെ നാലു ഭാഗത്തായി കളിക്കാർ.

അള്ളാഫാത്തി.....സൈ എന്നോതി കരു തറയിലുരുട്ടും.

എന്റെ ബാപ്പ അതായത് അണ്ടോളി പൂമാടത്ത് അബ്ദുൾ റഹിമാൻ എന്ന ഭൂവുടമ പുലിയന്നൂരിലുള്ള ബംഗ്ലാവിനു മുന്നിലെ ചാണകം തേച്ച കളത്തിലിരുന്നു ബാരാധായം കളിച്ചു.

അപ്പോഴാണ് കാര്യസ്ഥൻ കുഞ്ഞമ്പു പാഞ്ഞോണ്ടു വന്നതും കവുങ്ങിന്റെ മറപറ്റി നിന്ന് എത്തിനോക്കി പറഞ്ഞതും.

“ഒടയോനെ കൂലോത്തെ തമ്പിരാന്റെ കപ്പലു പോലത്തെ ചിനേണ്ട് കരയ്ക്കടുത്തിട്ട്.”

എല്ലാവരും കടവിലേക്കു നോക്കി.

“ആരാടാ ചിനയില്”

“അറിയില്ല ഒടയോനെ. ചമയിച്ച ചിനയില് നാലഞ്ചാളുണ്ട്.”

പറഞ്ഞ് പറഞ്ഞിരിക്കെ സംഘം കടവിലിറങ്ങി.

മഞ്ചലുകാർ ഓരിയിട്ട് പട്ടേലർ കടവിലിറങ്ങിയത് നാടിനെ അറിയിച്ചു.

നാലാള് ചുമലിലേറ്റിയ മഞ്ചലിൽ കൂലോത്തെ പ്രധാന കാര്യസ്ഥൻ.

ഓലക്കുട ചൂടി അരയിൽ ചുവന്ന പട്ടുചുറ്റിയ നാലഞ്ചു കാലാൾപ്പടകൾ. മലപ്പുറം കത്തിയും നാടൻതോക്കുമായി പട്ടേലർ അന്തുമായി. പച്ചസാലും തളങ്കരത്തൊപ്പിയും വെച്ചവർ വേറെയും.

നീലേശ്വരം പട്ടേലറും തമ്പുരാന്റെ കാര്യസ്ഥനും ഉഗ്രാണിയും

കാലാൾപ്പടയുമായിരുന്നു ചിനയിൽ.

ബാപ്പ പറഞ്ഞു.

"അപ്പ്യോ എന്തിനാ വന്നതെന്നറിയോ? അന്നെ പുയ്യാപ്പിളയായി ചോയിക്കാൻ."

അങ്ങനെ, അങ്ങനെ പൂമാടത്തെ അബ്ദുൾറഹിമാൻ എന്ന ജന്മി നീലേശ്വരം കോട്ടപ്പുറം തെക്കേത്തലക്കലിലുള്ള പുതിയ പാട്ടില്ലത്ത് മൊയ്തീൻ കുഞ്ഞിയുടെ മകൾ കദീജയെന്ന ഈർക്കിലുപോലത്തെ പെണ്ണിനെ രണ്ടു പവൻ മഹറുനല്കി നിക്കാഹ് കഴിച്ച് ബീടരാക്കി.

പുലിയന്നൂർ കടവിൽ ചമയിച്ച പത്തേമാരി.

കോൽക്കളി, ദഫ്, ബൈത്ത്, കളരിക്കാർ.

പുതിയാപ്പിളയും സംഘവും എഴുന്നള്ളുന്നത് കാണാൻ ബൈത്തും, മുട്ടും കാണാൻ അച്ചാംതുരുത്തി കടവിലും കോട്ടപ്പുറം കടവിലും, ചൂട്ടും കത്തിച്ച് കാന്തവിളക്കും കത്തിച്ച് ആളുകളെത്തി.

കച്ചേരിക്കടവിൽ പെണ്ണിന്റെ പുരക്കാരുടെ വക കാന്തവിളക്ക്. അമിട്ടും ബാണോം കൊട്ടും പിരിസും. കളരിപ്പിള്ളേര് വേറെ.

പുതിയാപ്ല ആനപ്പുറത്ത്.

അങ്ങനെ, അങ്ങനെ ഈ ദുനിയാവിൽ അബൂബക്കർ സിദ്ദിഖ് എന്ന ഞാനുണ്ടായി.

പോരിശയാക്കപ്പെട്ട കഥ അത്.

പതിനഞ്ച്

എനിക്ക് മരിക്കണമായിരുന്നു.

ജയിലിൽനിന്നും മാഞ്ഞുപോകണമായിരുന്നു.

എന്റെ എല്ലാ കിനാവുകളും മാഞ്ഞുപോയി.

പത്തു വർഷത്തെ ഗൾഫുവാസംകൊണ്ട് നേടിയതിൽ പകുതിയും ജോർദാൻ പൗരനായ കമ്പനി മാനേജരുടെ കീശയിലായി.

ഞാൻ രാജിവെച്ചപ്പോൾ വന്ന ഒഴിവിലേക്ക് ജോലി വാങ്ങിക്കൊടുത്ത നാട്ടുകാരനായ, രാഷ്ട്രീയനേതാവിന്റെ അനുജൻപോലും എന്നെ കാണാൻ വന്നില്ല.

ഞാൻ ചതിക്കപ്പെട്ടവനായി.

പലരും എന്നെ ചതിച്ചു.

എന്നെ കാണാൻ ഒരു കണ്ണാടിപോലും ഭൂമിയിൽ ബാക്കിയില്ലാതായി.

സുഗന്ധം പൂശിയ ഭരണികൾ നാട്ടിൽ നിറഞ്ഞപ്പോൾ ഒരു ദിവസം ഉമ്മയുടെ ഉള്ളിൽ ഒരാശ മൊട്ടിട്ടു.

കിനാവു കണ്ട് ഉണർന്നതുപോലെ ഉമ്മ ഞാൻ സാഹിത്യം എഴുതുന്ന അറയിൽ വന്നു കസേരയുടെ പിറകിൽനിന്നും ബീഡിപ്പുകയോടൊപ്പം പറഞ്ഞു.

നീ ദുബൈയിൽ പോണം മോനേ. എല്ലാരും ദുബൈയിലേക്കു പോയിട്ട് പണക്കാരായിട്ട് മടങ്ങുന്നത് കാണുന്നില്ലേ? ദുനിയാവ് തെണ്ടുന്ന നിനക്കും പോയിക്കൂടേ.

ബസിലോ, തീവണ്ടിയിലോ കയറി കടലിനപ്പുറത്തുള്ള അറബിനാട്ടിലേക്കു പോയി വരാമെന്നാണ് ഉമ്മ കരുതിയതെന്ന് തോന്നി.

ഉമ്മായ്ക്ക് ലോകത്തെക്കുറിച്ചറിയില്ല.

ലോകത്തിന്റെ നിയമവും അറിയില്ല.

എന്നിട്ടും പലിശക്കാരിക്ക് കൊടുക്കുന്ന പലിശക്കണക്ക് വള്ളിപുള്ളി തെറ്റിക്കാതെ ഉമ്മ വെപ്പുപുരയുടെ ചുമരിൽ കുറിച്ചിട്ടു.

വെറ്റില കുര്യയിലെ നൂറിന്റെ അടപ്പിൽ വിരലിട്ട് പുകപിടിച്ച കറുത്ത ചുമരിൽ വെളുത്ത വരയും കുറിയുമിട്ടു.

ഈ വരകളാണ് ഉമ്മയുടെ ഗണിതവും ലോക വിജ്ഞാനവും.

ഇനി വരയിടാൻ ചുമരിൽ ഇടമില്ലെന്ന് ഓർമ്മിപ്പിക്കുമ്പോൾ ഉമ്മ പറയും.

അതെല്ലാം പടച്ചോൻ മായിക്കും മോനെ.

എപ്പോഴാണ് ചുവരിലെ വരയും കുറിയും പടച്ചവൻ മായിക്കുക എന്നതിന് ഉമ്മായ്ക്ക് ഉത്തരം ഉണ്ട്.

നീ ദുബൈയിൽ പോയി മടങ്ങിയാല്.

ഉമ്മയുടെ മനസ്സിനുള്ളിലെ ദുബൈയിലേക്കുള്ള യാത്രയുടെ നി സ്സാരത തകർക്കേണ്ടെന്ന് തോന്നിയിട്ടും പറഞ്ഞുപോയി.

അതിന് പാസ്പോർട്ടും വിസയും വേണം. അത് ആരാ തരല്.

പടച്ചോൻ തരും മോനെ.

വിരലിൽ പറ്റിയ ചുണ്ണാമ്പിന്റെ ബാക്കി ചുമരിൽ തൊട്ട് ഉമ്മ ആവർത്തിച്ചു.

നീ അള്ളാനോട് പറ മോനെ. ഓൻ നിന്നെ ദുബൈയിലെത്തിക്കും.

ഞാൻ ഉമ്മയുടെ തറവാടിനുള്ളിലെ കോണി കയറി മുകളിലെത്തി.

അവിടെ ഉമ്മയുടെ അനുജത്തി ബീഡി തിരയ്ക്കുന്നു.

ഉമ്മയുടെ അനുജത്തിയുടെ മകൾ സഫിയ കുപ്പിയുടെ കഴുത്തിൽ കയറിന്റെ കുടുക്കിട്ട് കിളിവാതിലിലൂടെ താഴത്തിറക്കി വെള്ളം കോരി കളിക്കുന്നു. മമ്മിച്ച ബീഡിക്ക് നൂലുകെട്ടി കായലരികത്തുള്ള പെണ്ണിന്റെ പാട്ടുപാടുന്നു.

ഇളയമ്മ കാച്ചിത്തുണിയുടെ കോന്തല അഴിച്ച് കാണിച്ചു.

ഇത് നോക്ക്യേ, എനക്ക് ഏട്ടന് വരായ്ക. നീ തന്നെ പറയ്.

പാസ്പോർട്ടിനയക്കാൻ ഇരുപത്തേഴു രൂപ കടം ചോദിക്കാനാണ് എത്തിയത്. നിരാശയോടെയാണ് കോണിയിറങ്ങിയത്.

ആട്ടിന്റെയും കോഴിയുടെയും കാഷ്ഠമുള്ള ഓവുടപ്പടി ഇറങ്ങു മ്പോൾ ഉമ്മയുടെ വാക്കുകൾ ഓർത്തു.

“പടച്ചോൻ തരും മോനെ.”

അടുത്ത ദിവസം ഇളയുമ്മ പുതുതായി കുറേ ആടുകളെ വാങ്ങി. കോഴികളെ വാങ്ങി.

മണികെട്ടിയ ആടും കുഞ്ഞും തറവാട്ടിനുള്ളിലും മുറ്റത്തും തിത്തിരം തുള്ളി.

ആടിന് കൂട് പണിയാൻ കുഞ്ഞാമന് അച്ചാരം കൊടുത്തു.

എന്നിട്ടും ഉമ്മയുടെ ആശ കെട്ടില്ല.

ഉമ്മ ചായയുമായി വന്ന് പറഞ്ഞു.

"പാലില്ലാ മോനെ. ഓക്ക് പൈസ കൊടുക്കാനുണ്ട്."

ചായ ചുണ്ടിൽ വെച്ചു. പുക നാറുന്ന ചായയിൽ പാലുമാത്രമല്ല പഞ്ചസാരയും ഇല്ല.

ഗ്ലാസ് ജനൽപ്പടിയിൽ വെച്ച് തുണി കീറിയ ചാരുകസേരയിൽ മലർന്നു കാലുകൾ നീട്ടി.

ഉമ്മ പൊടിക്കളത്തിലെ മാധവിയേട്ടത്തിയോടും വണ്ണാത്തി ലക്ഷ്മിയോടും പറയുന്നത് കേട്ടു.

"അന്റെ മോൻ ദുബൈ പോന്ന്."

ഉമ്മയുടെ ശബ്ദം കേട്ട് പുറത്തിറങ്ങിയ പൂച്ച മേലിലെ വെണ്ണീറ് കുടഞ്ഞ് ഉമ്മയെ ഒട്ടിനിന്നു.

കാക്ക വാഴക്കൈയിലിരുന്നാടി.

ഇളയമ്മയുടെ ആടുകൾ മണികുലുക്കിയെത്തി.

ചെറുതൈകളുടെ തിരി തിന്നു വയറുനിറച്ചു. ദേഷ്യം തീർക്കാൻ ആടിനെ കല്ലെറിഞ്ഞപ്പോൾ തറവാട്ടിൽനിന്നും ഇളയുമ്മയുടെ വിളി വന്നു.

"അയിനെ കൊല്ലണ്ട എമാറെ."

പതിനാറ്

അഞ്ചുരൂപയുമായാണ് ഞാൻ ആദ്യമായി ഖോർഫക്കാൻ മലയിടുക്കിലെ കടൽത്തീരത്ത് ലാഞ്ചിൽ ഇറങ്ങിയത്. ബോംബെ ചോർബസാറിൽനിന്നും വാങ്ങിയ കുപ്പായവും പാന്റും.

ഔക്കർച്ചാന്റെ ഹോട്ടലിനു പിന്നിലെ സ്റ്റോറുമുറി കിടപ്പറയായി. കൂട്ടിന് ഉള്ളി, തക്കാളി, ചാക്കുകൾ.

ക്രമേണ മരുഭൂമി എന്റെ നാടായി.

കൂട്ടുകാരുണ്ടായി.

ഹെൽപ്പറായി, ബോയിയായി, ചുമട്ടുകാരനായി, കാർ കഴുകുന്നവനായി, അറബി വീട്ടിലും ഇംഗ്ലീഷു വീട്ടിലും കപ്പലിലും ഗസ്റ്റ് ഹൗസിലും ബോയിയായി. അവസാനം തൊഴിൽരഹിതനായി.

വാടക കൊടുക്കാൻ കാശില്ലെന്നറിഞ്ഞപ്പോൾ നാട്ടുകാർ മുറിയിൽ നിന്നും പുറത്താക്കി. ടെറസിന്റെ മുകളിൽ കടലാസും പെട്ടിയും ചാക്കുകഷണവുംകൊണ്ട് വീടുണ്ടാക്കി. മഞ്ഞ് വീണ് തണുത്ത തറയിൽ കിടന്ന് നക്ഷത്രങ്ങളോട് സങ്കടം പറഞ്ഞു.

എനിക്ക് പാസ്പോർട്ടില്ല.

നാടും വീടുമില്ല.

പിന്നെയും യാത്ര.

തൊഴിലന്വേഷണം.

അൽ-ഐനിൽ ആയിരുന്നപ്പോൾ ആഴ്ച്ചയിലൊരിക്കൽ ആറ്റക്കോയയുടെ ഓഫീസിലെത്തി സാഹിത്യം ചർച്ച ചെയ്തു. ഗൾഫിലെത്തിയ എസ് കെ പൊറ്റക്കാടിനും പുനത്തിൽ കുഞ്ഞബ്ദുള്ളയ്ക്കും സാഹിത്യസംഘം സ്വീകരണം നല്കിയപ്പോൾ ചടങ്ങിൽ പ്രാസംഗികനായി.

ഞാൻ പറഞ്ഞു.

എന്റെ അമ്മ മരിച്ചു. മരിച്ച വീട്ടിലിരുന്ന് എന്നോട് പാടാൻ പറയരുത്.

ഒരു നാൾ ആരോ വാതിലിൽ മുട്ടി. ഭയത്തോടെ വാതിൽ തുറന്നപ്പോൾ പുറത്ത് വിശ്വനാഥൻ നില്ക്കുന്നു.

ഹോചിമിൻ താടിക്കാരനായ കവി വിശ്വനാഥൻ.

അയാൾ തിരക്കി.

കാശുണ്ടോ?

കൈമലർത്തി കാണിച്ചപ്പോൾ അയാൾ പിറുപിറുത്തുകൊണ്ട് ഇറങ്ങിപ്പോയി.

പിന്നീട് കൂട്ടുകാരന്റെ ഭാര്യ പറഞ്ഞു.

വിശ്വനാഥൻ വന്നിരുന്നു. എലിവെഷം ഉണ്ടോ എന്നാരാഞ്ഞ് ഇറങ്ങിപ്പോയി. പോകുമ്പോൾ പറഞ്ഞിരുന്നു.

ഞാൻ ആകാശത്തിൽ ലയിക്കാൻ പോകുന്നു. ഇനി എന്നെ അന്വേഷിക്കണ്ട.

കവിയുടെ സമനില തെറ്റിയതറിഞ്ഞ് അയാളെ തേടിയെത്തി.

അയാൾ എന്നെ നോക്കി.

കണ്ണുകൾ നനയുന്നു.

ചുണ്ടുകൾ മന്ത്രിക്കുന്നു.

ആർക്കാണ് വാർദ്ധക്യം എനിക്കോ....നിനക്കോ.?

മരുഭൂമി നരപ്പിച്ച എൻശിരസ്സിനോ?

വിശ്വനാഥൻ ജീവിച്ചിരിപ്പുണ്ടോ എന്നറിയില്ല.

ഞങ്ങൾ രാത്രിയും പകലും പോലെയായി.

ജയിലിൽപ്പെട്ടതോടെ ഞാൻ പെൻഡുലം നിന്ന വാച്ചായി.

കമ്പിയഴിയിലെ തണുപ്പിൽ മുഖം അമർത്തി പുറത്തേക്കു നോക്കിയിരുന്നു.

ഇടനാഴി ശൂന്യം.

ചുമരിൽ ചാരിനിർത്തിയ തോക്കും തോക്കിന്റെ മണ്ടയിൽ തൊപ്പിയുംമാത്രം.

പൊലീസുകാരൻ ശൂന്യതയിൽ മാഞ്ഞുകാണും.

ഞാനും മാഞ്ഞുപോകും.

അസ്രായിൽ എന്ന മാലാഖ താണിറങ്ങി കൈയിൽ പിടിക്കുമ്പോൾ എന്നെ രക്ഷിക്കാൻ ആരും ഉണ്ടാകില്ല.

ഉമ്മായ്ക്ക് എഴുതണമായിരുന്നു.

ഉമ്മാ..... മരിക്കാതെ ഞാൻ പരലോകത്തേക്കെത്തി. നരകത്തിലേക്ക്.

പതിനേഴ്

ഗോവക്കാരൻ തിരക്കി.

തുമാരാ പാസ് ജഗ്ഗ് ഹേ.

ഞാൻ കൈമലർത്തി. എന്റെ കൈയിലുണ്ടായിരുന്ന പാട്ട കാണുന്നില്ല.

ജയിലിൽ പാട്ട മാത്രമല്ല. പുതപ്പും കളവ് പോകുന്നു.

ജയിലിൽനിന്നും പോകുന്നവർ ആരും കാണാതെ അതും കടത്തുന്നു.

ജഗ്ഗ് തേടി അയാൾ നടന്നു.

ഒരാഴ്ച മുമ്പാണയാൾ ജയിലിൽ വന്നത്. പുതിയ കുപ്പായവും പാന്റും ടൈയും, കൈയിൽ സ്വർണ്ണ ചെയിൻ വാച്ചും. മേലിൽ സുഗന്ധം.

പൊലീസുകാരൻ അയാളെ മുറിക്കകത്താക്കി വാതിലിടച്ചു.

തടവിലകപ്പെട്ട അയാൾ അമ്പരപ്പോടെ ചുറ്റുംനോക്കി.

എന്തിനാണീ സെല്ലിൽ?

അയാൾക്കറിയില്ല.

അയാൾ ഞങ്ങളെ ഓരോരുത്തരെയും പുച്ഛത്തോടെ നോക്കി. ഞങ്ങളിൽനിന്നുള്ള ദുർഗന്ധം കാരണം മൂക്കുപൊത്തി.

അയാൾക്ക് ബോംബെയിലേക്കുള്ള വിമാനടിക്കറ്റുണ്ട്. പാസ് പോർട്ടും വിസയുമുണ്ട്. അയാളുടെ മമ്മിയും ഡാഡിയും ബോംബെ എയർപോർട്ടിൽ അയാളെ കാത്തുനില്ക്കും. ദുബൈ എയർപോർട്ടിൽ നിന്നാണ് ഇയാളെ പൊലീസ് അറസ്റ്റ് ചെയ്തത്.

എന്തിനാണെന്ന് അയാൾക്കറിയില്ല.

അയാൾ ആദ്യം ഞങ്ങൾക്കരികിലിരുന്നില്ല. ചുമരിൽ ചാരിനില്ല പാന്റ് മുഷിയും. ഷർട്ടിൽ അഴുക്കാകും.

ഫ്ളൈറ്റിന് നേരമായി. അതിനുമുമ്പ് എയർപോർട്ടിലെത്തണം.

അയാളുടെ നില്പും ഭവവും നടത്തവും കണ്ട് ഞാൻ അന്തംവിട്ടു.

അയാൾ ജയിലിൽ വന്നിട്ടിപ്പോൾ ഒരാഴ്ചയായി. സ്പ്രേയുടെ മണം പോയി. മുടിയുടെ ചന്തം പോയി. മുഖത്ത് രോമങ്ങൾ വളർന്നു.

പാകിസ്ഥാനി കൊടുത്ത പാട്ടയുമായി അയാൾ കക്കൂസിൽ കയറി.

ഞാൻ കമ്പിയഴിക്ക് കാവലിരിക്കുന്ന പൊലീസുകാരനെ തൊട്ടു. അയാളുടെ പുറത്ത് ആഞ്ഞു കുത്തിയപ്പോൾ അയാൾ ദേഷ്യത്തോടെ തിരിഞ്ഞുനോക്കി.

"ഖൗവ്വാദ്"

ഞാൻ പറഞ്ഞു.

"കഴുതേ വാതിൽ തുറക്ക്. എന്നെ പുറത്ത് ആരോ കാത്തിരിപ്പുണ്ട്."

അയാൾ തോക്കിന്റെ മണ്ടകൊണ്ട് എന്റെ തലയിലും മുഖത്തും കുത്തി. പിറകോട്ട് മാറി ചുമരിനോട് ചേർന്നിരുന്നുകൊണ്ട് ഞാൻ വിളിച്ചു കൂവി.

"തമാശയല്ല സഹോദരാ. കാര്യമാണ് ഞാൻ പറഞ്ഞത്. എന്നെ ആരോ കാത്തിരിക്കുന്നുണ്ട്."

അയാൾ തോക്കിന്റെ കുഴൽ എന്റെ നേർക്ക് ചൂണ്ടി.

ഞാൻ പ്രാർത്ഥനയോടെ മരണം കാത്ത് കണ്ണടച്ചിരുന്നു.

പതിനെട്ട്

ഇന്ന് മുലാക്കത്ത്.

സന്ദർശകർക്കുള്ള ദിവസം.

പൊലീസുകാരൻ കമ്പിയഴി തുറന്ന് തടവുപുള്ളികളെ പുറത്തേക്കു കൊണ്ടുപോയി. പുറത്തെ മുള്ളുവേലിക്കപ്പുറം നിസാറിനെ കാണാൻ സിലോണി പെൺകുട്ടി നില്ക്കുന്നു.

അവർ വാ തോരാതെ സംസാരിക്കുന്നു.

അവരെ നോക്കി ഞാനിരുന്നു.

നിസാറിനെ പൊലീസുകാരൻ ജയിലിലേക്ക് തിരിച്ചു കൊണ്ടുവന്നു.

അവൻ പൊലീസുകാരനിൽനിന്ന് കുതറിമാറി. വീണ്ടും മുള്ളുവേലിക്കരികിലേക്കു ഓടി.

പൊലീസുകാർ കൂട്ടത്തോടെ എത്തി അവനെ ബലമായിപ്പിടിച്ച് ജയിലിനകത്താക്കി ഇരുമ്പഴി അടച്ചു.

അപ്പോഴും മുള്ളുവേലിക്കരികിൽ നിസാറുണ്ടെന്ന് സങ്കൽപ്പിച്ച് മുള്ളുവേലിയിൽ അവൾ തന്നെ സമർപ്പിക്കുന്നു.

ചുംബിക്കുന്നു.

ആലിംഗനം ചെയ്യുന്നു.

നിസാറിനെ വിളിച്ച് കരയുന്നു.

ശരീരം മുഴുവൻ കീറിയിട്ടും അവൾ അറിഞ്ഞില്ല.

സെല്ലിൽനിന്നും നിസാറും പെൺകുട്ടിയെ വിളിച്ച് അലറിക്കൊണ്ടിരുന്നു.

അപ്പോഴും പെൺകുട്ടി മുള്ളുവേലിയിൽ സ്വയം സമർപ്പിച്ച് നിസാറിന്റെ പേരുവിളിച്ച് കരഞ്ഞുകൊണ്ടിരുന്നു.

ശരീരം മുഴുവൻ കീറിയിട്ടും അവൾ അറിഞ്ഞില്ല.

സെല്ലിൽ നിന്നും നിസാറും പെൺകുട്ടിയെ വിളിച്ച് അലറിക്കൊണ്ടിരുന്നു.

അവളുടെ ശബ്ദം നേർത്ത് നേർത്തില്ലാതെയായി.

അവൾ മുള്ളുവേലിയിൽ തൂങ്ങിയാടി.

അവളുടെ ചുണ്ടും മുലകളും കൈകളും ചോരയിൽ കുതിർന്നു തൂങ്ങിയാടി.

പൊലീസുകാരൻ, കീറിയ കലണ്ടർപോലെയായ അവളെ വേലിയിൽനിന്നും അടർത്തി മാറ്റിയെങ്കിലും മുള്ളുവേലിയിൽ ചുവന്ന പൂക്കൾ പോലെ അവൾ ബാക്കിയായി.

ഞാൻ പാകിസ്ഥാനിയോട് ജപമാല വാങ്ങി ദൈവത്തെ വിളിച്ചു.

എന്റെ പ്രാർത്ഥനകൾക്ക് ഒരർത്ഥവുമില്ല.

സ്വയം പ്രലോഭിപ്പിക്കാനുള്ള ഒരടവുമാത്രം.

പത്തൊമ്പത്

വീണ്ടും തോക്കുകൾ വന്നു. ഇരുമ്പഴികൾ തുറന്നു.

സർദാർജിയായ തടവുകാരനെ അകത്തേക്ക് തള്ളിക്കയറ്റി.

അകത്തേക്കു വന്ന കുടവയറൻ ചുറ്റും നോക്കി.

ആനച്ചെവിപോലുള്ള കൈകൾ വീശി പെരുമ്പറ കൊട്ടുംപോലെ വിളിച്ചു പറഞ്ഞു.

"സബ്കോ മേരാ സലാം ഭായി........"

എല്ലാവരുടെ നോട്ടവും അങ്ങോട്ടായി.

കുടവയറൻ വയറ് കുലുക്കി തടവിൽ വീണ്ടും പെരുമ്പറ കൊട്ടിക്കൊണ്ടിരുന്നു.

"ഹമാരാ നാം സുഖീന്ദർ സിങ്....... ഹമാര പാസ് പാസ്പോർട്ട് നഹി......... വിസ നഹി.......... ഹം ഊപ്പർ വാലാകാ ദോസ്ത്......"

അയാൾ പറഞ്ഞുകൊണ്ടിരുന്നു.

പാകിസ്ഥാൻ പൗരൻ അരികിൽ വന്നിരുന്ന് എന്നോട് മന്ത്രിച്ചത് കണ്ട് സുഖീന്ദർ സിങ് അവനെ അരികിൽ പിടിച്ചിരുത്തി. തുടയിൽ തടവിക്കൊണ്ട് ചെവിയിൽ എന്തോ പറഞ്ഞു.

അതുകേട്ട് പാകിസ്ഥാൻ പൗരൻ സമനില തെറ്റിയപോലെ ഇരുമ്പുകമ്പിയിൽ തലകുത്താൻ തുടങ്ങി. അപ്പോഴും സർദാർജി വിളിച്ചു പറഞ്ഞു.

"ഹം ഊപ്പർവാലാ കാ ദോസ്ത്....... ഹം ഊപ്പർവാലാ കാ ദോസ്ത്........."

ഞാൻ മൂലയിൽ പതുങ്ങി.

സുഖീന്ദർസിങ് അരികിലിരുന്ന് തഴമ്പുള്ള കൈ തുടയിൽ അമർത്തിയിട്ടു പറഞ്ഞു.

“തുമാര സാത്ത് പൈസാ ഹെ.......”

ഞാൻ ഭയത്തോടെ അയാളെ നോക്കി.

സർദാർജി പൊലീസുകാരനോട് നൂറ് ദർഹം കടം വാങ്ങി. ജയിലിൽ സിഗരറ്റ് കച്ചവടം തുടങ്ങി.

ഞാനയാളെ അമ്പരപ്പോടെ നോക്കി.

അയാളുടെ ഓരോ ചലനങ്ങളും സംസാരങ്ങളും എന്നെ അമ്പരപ്പിച്ചു.

ചിലപ്പോൾ അയാൾ ഭ്രാന്തനായി.

ചിലപ്പോൾ ദാദയായി.

ഉപ്പയോ, സഹോദരനോ, ഉപദേഷ്ടാവോ ആയി.

ചിലപ്പോൾ സൂഫിയായി.

പാകിസ്ഥാനികൾ പറഞ്ഞു.

“സുഖീന്ദർ സിങ്........ സൂഫി ഹെ.....ബഡാ ആത് മി ഹേ....... ബഡാ സൂഫി ഹെ............ ഉസ്കാ സാത്ത് ബഹുത്ത് ഖുദറത്ത് ഹെ........”

സുഖീന്ദർ സിങ്ങിന് അപസ്മാരം.

അയാൾ നിലത്തു വീണു.

കൈകാലുകൾ തറയിൽ ഇടിച്ചു.

അയാളുടെ തലയെടുത്ത് ഞാൻ മടിയിൽ വെച്ച് പതുക്കെ തിരക്കി.

“ക്യാ ഹോഗാ ഭായി.”

അയാൾ മന്ത്രിച്ചു.

“എനിക്കൊന്നുമില്ല നായിന്റ മോനെ........”

ഇതെല്ലാം അറബികളെ പറ്റിക്കാൻ ഒരു അഭിനയം നോക്കിക്കോ.

എന്നെ ഇവര് ആശുപത്രിയിൽ കൊണ്ടുപോകും. ഞാൻ മുങ്ങും. ഞാനാരാ മോൻ.

വിവരം അറിഞ്ഞെത്തിയ പൊലീസുകാർ അയാളെ സ്ട്രക്ച്ചറിൽ കിടത്തി പുറത്തേക്കു കൊണ്ടുപോയി.

അയാൾ മടങ്ങിവന്നില്ല.

സുഖീന്ദർ സിങ് എന്ന പേരുമാറ്റി ജയിലിലെത്തിയ ഉമ്പായിച്ച പോയതോടെ ജയിലിനകത്തെ നേരമ്പോക്കു പോയി.

ഇരുപത്

ജയിലിനുള്ളിൽ യുദ്ധം നടക്കുന്നു.

പരസ്പരം തെറിവിളിച്ചും കൈയൂക്ക് പരീക്ഷിച്ചും തടവുകാർ തമ്മിൽ തല്ലുന്നു.

ബഹളം കേട്ട് പൊലീസുകാർ തോക്കുമായെത്തി.

ഇപ്പോൾ രംഗം ശാന്തമായി.

കക്കൂസിൽ പോകുന്നതിനെച്ചൊല്ലിയായിരുന്നു തർക്കം.

തർക്കം അടിയിലെത്തി.

അടി കൂട്ടത്തല്ലായി. ലോകയുദ്ധമായി.

ഞാൻ മൂലയിൽ പതുങ്ങി.

ഇപ്പോൾ അതിർത്തിക്ക് പൊലീസുകാർ കാവൽ.

കക്കൂസിൽ പോകണമെങ്കിൽ ക്യൂ നില്ക്കണം.

പൊലീസുകാരന്റെ അനുവാദം വേണം.

പാകിസ്ഥാനി ബയ്യ എല്ലാവരോടുമായി പറഞ്ഞു.

“സബ് ലോക് സുനോ ബായി.....”

“ഇന്ന് ഭക്ഷണം വന്നാൽ ആരും കഴിക്കരുത്. പറഞ്ഞത് അനുസരിച്ചില്ലെങ്കിൽ ഞാൻ എല്ലാവരെയും കൊല്ലും.”

അയാൾ ആവർത്തിച്ചുകൊണ്ടിരുന്നു.

ഭക്ഷണപ്പാത്രത്തിൽ മുകളിൽ പൊലീസുകാർ താമസിക്കുന്ന മുറിയിലെ കക്കൂസിൽനിന്നും വെള്ളം വീഴുന്നു.

അതുകൊണ്ടാണ് പാകിസ്ഥാനി ബയ്യ ഭക്ഷണം വിലക്കിയത്.

അന്നാരും ഭക്ഷണം കഴിച്ചില്ല.

പൊലീസുകാർ നിർബ്ബന്ധിച്ചിട്ടും ആരും വഴങ്ങിയില്ല.

അറബി എനിക്ക് ഒരു കീറ് ആപ്പിള് തന്നു.

അപ്പോഴും ഭക്ഷണപ്പാത്രത്തിൽ അഴുക്കുവെള്ളം വിണുകൊണ്ടിരുന്നു.

വിവരമറിഞ്ഞ് ജയിൽ സൂപ്രണ്ട് എത്തി.

അയാൾ ഞങ്ങളെ മറ്റൊരു സെല്ലിലേക്കു മാറ്റി.

ഇരുപത്തി ഒന്ന്

എല്ലാവരും ഉറക്കിൽ.

ഞാൻമാത്രം ഉറക്കം വരാതെ.

മനസ്സിൽ നാടിന്റെ ഓർമ്മ.

ഒരിക്കൽ ഗൾഫിൽനിന്നും നാട്ടിലെത്തി. പുരയിലെത്തി.

പുരമുറ്റം താടിയും മുടിയും വടിച്ച് സുന്ദരനായിരിക്കുന്നു.

വിവാഹവീട്ടിലെന്നപോലെ തറവാട്. പുരനിറയെ സ്ത്രീകളും കുട്ടികളും.

ഇത് എന്റെ വീടാണെന്ന് വിശ്വസിക്കാൻപോലും പാടുപെട്ടു.

ഷൂസിന്റെ ലെയ്സഴിച്ച് അകത്ത് കയറി.

കുപ്പായം അയക്കോലിൽ തൂക്കി കട്ടിലിലിരുന്നു.

കിളിവാതിലിന്റെ അഴിയിൽ പിടിച്ച് കുട്ടികൾ കൗതുകത്തോടെ നോക്കുന്നത് കണ്ടു.

എനിക്ക് മുഖപരിചയമില്ലാത്ത മരുമക്കൾ.

ഏട്ടന്റെ മക്കൾ.

അപ്പോഴേക്കും കുളിക്കാൻ ചൂടുവെള്ളമെത്തി. ടർക്കിഷ് ടൗവ്വൽ പുതച്ച് പുറത്തിറങ്ങി. വഴിപോക്കരിൽ ചിലർ എത്തിനോക്കി.
ചിലർ പരിചയം പുതുക്കാനെത്തി.

കുളികഴിഞ്ഞപ്പോഴേക്കും പാലേറെ ചേർത്ത ചായയും പുഴുങ്ങിയ കോഴിമുട്ടകളുമെത്തി.

കമ്യൂണിസ്റ്റ് കാട്ടിൽ കത്തിയുടെ സ്വാദറിഞ്ഞ കോഴി പിടഞ്ഞ് പിടഞ്ഞ് മരിച്ചു.

തണ്ണീർ കോരി അസിനാറിച്ച കത്തിയും കൈയും കഴുകി തുടച്ച് അറയിലെത്തി അരികിലിരുന്ന് സലാം ചൊല്ലി.

അസിനാറിച്ചയ്ക്ക് കൊടുത്ത ദുബൈ സമ്മാനങ്ങൾ കക്ഷത്തും കീശയിലും തിരുകി വളഞ്ഞകാലുള്ള കുടയുമായി പടിയിറങ്ങി പോയി.

ഉമ്മ എന്നെക്കാണാൻ വന്നവർക്കെല്ലാം ദുബൈ സാധനങ്ങൾ വിളമ്പി.

പെണ്ണുങ്ങൾക്ക് തലവേദനയ്ക്കുള്ള ടൈഗർബാം, നഖംമുറിക്കുന്ന കട്ടർ, അത്തർ, സുറുമക്കുപ്പി, കോടാലി തൈലം, പ്രഷറിന്റെ കൈവള, മക്കയും മദീനയും കാണുന്ന ദസ്ബിയ, നിസ്കരിക്കാനുള്ള മുസ്സല്ല.

പത്തും ഇരുപതും.

പെട്ടി കാലിയായപ്പോൾ തറവാട്ടിൽ ഞാനും ഉമ്മയും ബാക്കിയായി. ഞങ്ങൾ മഴനനഞ്ഞ തോരണംപോലെയായി.

തറവാട് മുറ്റത്ത് കാട് വളർന്നു. ഞങ്ങളെ കാണാൻ ആരും വരാതെയായി.

കാണുന്നവരും വഴിപോക്കരും ഉമ്മയോടു വിളിച്ചു ചോദിച്ചു.

“ഓനിക്ക് മടക്ക പാസില്ലെ....”

മറ്റൊരു ദിവസം.

കമ്മാടം കുന്നു കയറി പെങ്ങളുടെ പുരയിലെത്തി.

കുന്നിന്റെ പള്ളയിൽ മഖാമും, പള്ളിക്കുളവും.

കുളത്തിൽ കുളിക്കാനെത്തുന്ന സ്ത്രീകളുടെ ചിരിയും ബഹളവും കേട്ടു.

അലക്കി കുളിക്കാൻ പോയ വേലക്കാരി പെൺകുട്ടി പോയതിലും വേഗം തിരിച്ചുവന്ന് എന്നെ നോക്കി മുഖം വീർപ്പിച്ച് ഗൗരവത്തോടെ അടുക്കളയിലേക്കോടി.

അവൾ പെങ്ങളോട് എന്തോ പറഞ്ഞ് കരയുന്നത് കേട്ടു.

അവളുടെ പരാതി കേട്ട പെങ്ങൾ ദേഷ്യത്തോടെ എന്റെ അരികിലെത്തി.

വന്നു കേറിയില്ല അപ്പ തൊടങ്ങി നാടു പറയിക്കാൻ.

പെങ്ങൾ ദേഷ്യത്തോടെ അടുക്കളയിലേക്ക് മടങ്ങി.

അടുക്കളയിൽ പാത്രങ്ങൾ കലമ്പുന്നത് കേട്ടു.

അമ്പരപ്പോടെ ഞാൻ കുളക്കരയിലേക്കോടി.

എന്നെയും വേലക്കാരി പെൺകുട്ടിയെയും ചേർത്ത് കെട്ടുകഥയുണ്ടാക്കിയ അളിയന്റെ ബന്ധുവായ പെൺകുട്ടി ഈറൻ മേലോടെ കുളപ്പടവ് കയറി കാടിന്റെ മറവിൽ ഒളിച്ചിരുന്നു.

അവൾ അലക്കി കുളിക്കാൻ കൊണ്ടുവന്ന ഉടുപ്പുകളും സോപ്പും ചകിരിത്തുണ്ടുകളും ദേഷ്യം തീർക്കാൻ വാരി ഞാൻ കുളത്തിലെറിഞ്ഞു.

ചുറ്റും അവളെ പരതിനടന്നു നിരാശനായി.

അന്ന് രാത്രി.

പുറത്തെ ഇരുട്ടിൽ പൗഡറിന്റെ മണം.

ജാലകപ്പടിയിൽ മൈലാഞ്ചിയിട്ട മെലിഞ്ഞ വിരലിന്റെ സാന്നിദ്ധ്യം.

കിളിവാതിലിനപ്പുറത്തെ ഇരുട്ടിൽ അവൾ.

എന്നെയും വേലക്കാരിയെയും ചേർത്ത് കെട്ടുകഥയുണ്ടാക്കി കാറ്റിന് കൊടുത്ത പെണ്ണ്.

അളിയന്റെ ബന്ധുവായ പെണ്ണ്.

അവൾ എന്നോട് പറഞ്ഞു.

“എന്നോട് ദേഷ്യുണ്ടോ ഇച്ചായ്ക്ക്.”

പാനീസ് വിളക്ക് അവളെ മുത്താനെത്തി.

എല്ലാം വിട്ടെറിഞ്ഞാണ് ഞാൻ നാടുവിട്ടത്.

ദുനിയാവ് ചുറ്റുന്നത്.

ജയിലിലായതോടെ ഓട്ടം നിന്നു.

ഇരുപത്തി രണ്ട്

ജയിൽച്ചുമർ നിറയെ ചിത്രങ്ങൾ വരയ്ക്കണമായിരുന്നു.

കവിതകൾ എഴുതണമായിരുന്നു.

പാസ്പോർട്ട് പോലുമില്ലാതെ ഗൾഫിലെത്തി പിടിക്കപ്പെട്ട ഒരെഴുത്തുകാരൻ ഇതിലൂടെ കടന്നുപോയത് പുതുതായി ജയിലിലെത്തുന്നവർ അറിയാൻ.

എഴുതാൻ പേനയില്ല. കടലാസില്ല.

തടവറയിൽനിന്നും കിട്ടിയ പാതി കത്തിയ തീപ്പെട്ടിക്കമ്പ് കക്കൂസിന്റെ പൈപ്പിനടിയിൽ തിരുകിവെച്ചിട്ടുണ്ട്.

അതാണ് എന്റെ പേന.

ഞാനിപ്പോൾ അക്ഷരങ്ങൾ മാഞ്ഞ പുസ്തകമാണ്.

പോസ്റ്റു ചെയ്യാൻ പെട്ടിയില്ലാത്ത കത്ത്.

മരണമേ എന്നാണ് നീ വരിക.

മയ്യത്ത് കട്ടിലിൽ കിടത്തി ദിക്കറിന്റെ താരാട്ട് മൂളി എന്നെ ദൈവഭവനത്തിലെത്തിക്കുക.

ഒരിക്കൽ നീ വന്നത് ചുവന്ന പൂവ് പോലെയായിരുന്നു.

അന്ന് എനിക്ക് കപ്പലിലായിരുന്നു ജോലി.

ഒപ്പം നൂറുൽ ഇസ്ലാം എന്ന ബംഗ്ലാദേശുകാരൻ.

അവന്റെ പെങ്ങൾ നൂർജ്ജഹാൻ.

അവൾ ഡാക്ക എയർപോർട്ടിൽ നൂറുൽ ഇസ്ലാമിനെ കാത്തിരിക്കുന്നു.

അവൾക്കറിയില്ലല്ലോ നൂറുൽ ഇസ്ലാം ആകാശത്തിനും കടലിനും

ഇടയിൽവെച്ച് പടക്കംപോലെ പൊട്ടിത്തെറിച്ച് കടലിൽ വീണ് മത്സ്യങ്ങൾക്ക് ഇരയായത്.

ബംഗ്ലാദേശിൽ ആഭ്യന്തരയുദ്ധം നടക്കുന്ന കാലം.

കലാപം കെട്ടടങ്ങിയപ്പോൾ ബംഗ്ലാദേശിൽ അവൾമാത്രം ബാക്കിയായി.

ബന്ധുക്കളെല്ലാം കലാപകാരിയുടെ തോക്കിനിരയായി.
കപ്പലിൽ ബാക്കിയായ നൂറുൽ ഇസ്ലാമിന് അവളെഴുതി.

ഇവിടെ ഞാൻ മാത്രം ബാക്കിയായി. എനിക്ക് മറ്റാരുമില്ല. ഞാൻ ഡാക്ക എയർപോർട്ടിൽ കാത്തിരിക്കും.

അവധികിട്ടിയ അയാൾ യാത്രപറയാൻ എന്റെ കാബിനിലേക്ക് വന്നു. എന്റെ കൈകൾ വാരിയെടുത്ത് യാത്ര പറഞ്ഞ് വിതുമ്പി.

ഉള്ളം കൈയിൽ ഒതുങ്ങുന്ന ഖുറാൻ സമ്മാനം തന്നു.

കൈപിടിച്ചു കുലുക്കി ബ്രീഫ്കേയ്സുമായി കോണികയറി കപ്പലിന്റെ ഡക്കിലേക്ക് പോയി.

കപ്പലിനു കീഴെ നങ്കൂരമിട്ട ചെറുബോട്ടിൽ കയറിയാൽ തുറമുഖത്തെത്തിക്കും.

അവിടെനിന്നും എയർപോർട്ടിലേക്ക്.

വിമാനത്തിൽ ബംഗ്ലാദേശിലേക്ക്.

അവിടെ സഹോദരി നൂർജ്ജഹാൻ കാത്തിരിക്കുന്നു.

അയാളെ തുറമുഖത്ത് കൊണ്ടുപോകാനുള്ള ബോട്ട് കപ്പലിനു താഴെ കടലിൽ ആടിയുലഞ്ഞു.

ക്രെയിൻ കൂട്ടിൽ കയറി വേണം അയാൾക്ക് ബോട്ടിലിറങ്ങാൻ.

പറഞ്ഞു പറഞ്ഞിരിക്കെ ഭ്രാന്തിളകിയതുപോലെ ക്രെയിൻ മിന്നൽ വേഗത്തിൽ പാഞ്ഞെത്തി കടലിൽ നോക്കി നില്ക്കുകയായിരുന്ന നൂറുൽ ഇസ്ലാമിന്റെ പിറകിൽ ആഞ്ഞടിച്ചു.

നിമിഷമാത്രയിൽ നൂറുൽ ഇസ്ലാം ആകാശത്തേക്ക് ഉയർന്നു. ചുവന്ന പൂക്കളായി ചിന്നിച്ചിതറി.

കടൽമത്സ്യങ്ങൾ അയാളെ വിഴുങ്ങി.

ഇരുപത്തി മൂന്ന്

ഞാൻ പൊലീസുകാരനോടു പറഞ്ഞു.

സഹോദരാ എന്നെ പുറത്തേക്ക് കൊണ്ടുപോകാമോ.

എനിക്ക് സൂര്യനെ കാണണമായിരുന്നു. നക്ഷത്രങ്ങളോ, ആകാശമോ കാണണമായിരുന്നു.

ഞാൻ പറഞ്ഞത് പൊലീസുകാരൻ കേട്ടില്ല.

അയാൾ പാകിസ്ഥാനിയുടെ കാലിൽ ചങ്ങലകെട്ടി പാത്രങ്ങൾ കഴുകിക്കാൻ പുറത്തേക്ക് കൊണ്ടുപോയി. അയാളുടെ കാലുകൾക്കൊപ്പം ചങ്ങല പുറത്തേക്കൊഴുകുന്നത് നോക്കി ഞാൻ പറഞ്ഞു.

“വേണ്ട. എനിക്ക് സൂര്യനെ കാണണ്ട, നക്ഷത്രങ്ങളെ കാണണ്ട, ഞാൻ ഇവിടെ കിടന്ന് മരിച്ചോളാം.”

പാത്രം കഴുകി നനഞ്ഞ മേലോടെ ജയിലിലേക്ക് തിരിച്ചു കൊണ്ടു വന്ന പാകിസ്ഥാനിയുടെ കാലിൽനിന്നും പൊലീസുകാരൻ ചങ്ങല അഴിച്ചു മാറ്റി.

ഞാൻ അയാളുടെ ചെവിയിൽ മന്ത്രിച്ചു.

സഹോദരാ.... ആർക്കും വേണ്ടാത്തവർക്കും നമ്മളെ വേണ്ടി വരില്ലേ?

ഇരുപത്തി നാല്

ഞങ്ങൾ ഈച്ചകളെപ്പോലെ ഭക്ഷണപ്പാത്രത്തിനു ചുറ്റും പൊതിഞ്ഞു. കിട്ടിയത് വാരിത്തിന്നു. രണ്ടാമത് കൈ നീട്ടിയപ്പോഴെക്കും പ്ലേറ്റ് കാലിയായി.

ഇന്നും പട്ടിണി.

ഇന്നലെയും ഇതുപോലെ.

കക്കൂസിലെ വെള്ളം കുടിച്ച് വയറു നിറച്ചു

മദിയയെ ഓർമ്മ വന്നു.

ആദിവാസിപ്പെണ്ണാണവൾ.

പെങ്ങളുടെ വീട്ടിൽ കാലി മേയ്ക്കുന്ന പെണ്ണ്.

വിശപ്പു മാറ്റാൻ അവൾക്ക് കാട്ടുപഴങ്ങളുണ്ട്.

എനിക്ക് ആദ്യമായി കാട്ടരുവിയും കാടും കാണിച്ചു തന്നവൾ.

നഗരത്തിൽനിന്നും ഒരു നാൾ കുന്നുകയറി പെങ്ങളുടെ പുരയിലെത്തിയ എനിക്കവൾ ഞാവൽപ്പഴങ്ങൾ പറിച്ചു തന്നു.

മുളംകാട് മുറിച്ച് ഓടക്കുഴലുണ്ടാക്കിത്തന്നു.

ഓടക്കുഴൽ ദ്വാരത്തിലൂടെ കാറ്റൂതി അവൾ പാടിത്തന്നു.

പിന്നീട് ഞങ്ങൾ വലുതായി.

ഞാൻ ദുബൈക്കാരനായി.

മരുഭൂമിയിൽനിന്നും നാട്ടിലെത്തിയപ്പോൾ വീണ്ടും കുന്നുകയറി.

വിവരമറിഞ്ഞ മദിയ വന്നു.

അവളുടെ കാലുകൾ നിലത്തുറയ്ക്കുന്നില്ല. കീറത്തുണിയിൽ ആരോ നല്കിയ സമ്മാനപ്പൊതി.

പൂമൊട്ടുപോലുള്ള കുഞ്ഞുവിരലുകൾ കണ്ടു.

മദിയ അമ്മയായിരിക്കുന്നു.

ഏതോ ജന്മി സമ്മാനിച്ച കുഞ്ഞിന്റമ്മ.

കാലുറയ്ക്കാതെ അവൾ കൈ നീട്ടി.

"ഒടയോറെ ഒരു ബീഡി തര്വോ."

പുല്ലാങ്കുഴൽ പാടുന്നത് സംഗീതമല്ലെന്നും അതിന്റെ ഹൃദയം മുറിച്ച വേദനകൊണ്ട് കരയുകയാണെന്നും ആരാണ് പാടിയത്.

വീണ്ടും ഇന്നലെകൾ. മറ്റൊരു മലയോര ഗ്രാമം. അന്തിയുറങ്ങാൻ മത്തായിയോടൊപ്പം കുന്നുകയറി.

ഇരുട്ട് മലമ്പാമ്പായെത്തി.

കാലുകൾ നിലത്തുറയ്ക്കുന്നില്ല.

മദ്യലഹരിയുടെ താളത്തിൽ കാടുകൾക്കിടയിലൂടെ ഞങ്ങൾ നടന്നു.

രാവിലെ പ്രസിന് പിറകിലെ ഓഫീസിനകത്തേക്ക് ആനിക്കുട്ടി ഒളിച്ചും പതുങ്ങിയും എത്തി. ചോറ്റുപാത്രത്തിൽനിന്നും എനിക്കുള്ളത് മേശപ്പുറത്ത് വെച്ച് ഇറങ്ങിപ്പോയി.

ക്രമേണ അവളിൽ മാറ്റങ്ങൾ വന്നു.

തിരുത്താൻ കൊടുത്ത പ്രൂഫിന് ചുവട്ടിൽ അവൾ പ്രണയം കുറിച്ചിട്ടു.

പ്രസുടമ അറിഞ്ഞതോടെ ആദ്യം മേശ പോയി.

കസേര പോയി.

ഏറെ വൈകാതെ ഓഫിസിനുള്ളിലുണ്ടായിരുന്ന കട്ടിലും പോയി.

പ്രസുടമ പറഞ്ഞു.

"നിങ്ങൾ ഇവിടെ താമസിച്ചാൽ ശരിയാവില്ല."

കിടപ്പ് മത്തായിയോടൊപ്പം കള്ളുഷാപ്പിലും അയാളുടെ കുടിലിലുമാണ്.

മാറ്ററുകൾ വാങ്ങാൻ അവൾമാത്രം വന്നില്ല.

വല്ലപ്പോഴെങ്കിലും ജാലകക്കീറിനപ്പുറത്തു നിന്ന് ശ്.......ശ്.... എന്ന് വിളിച്ചു.

മറ്റൊരു ദിവസം.

പ്രസിൽ ആരും ഇല്ലാത്ത നേരം.

അവൾ ഒരു ചില്ലുഗോളവുമായി മുന്നിൽ വന്നിരുന്നു.

"ഏട്ടൻ ദുബൈയിൽനിന്നും കൊണ്ടുവന്നതാ...."

ചില്ലുഗോളത്തിനുള്ളിൽ ഐ ലൗ പാടി ചിറകടിച്ചു പറക്കുന്ന മഞ്ഞക്കിളി.

അവൾ ചില്ലുഗോളത്തിലെ ബട്ടനമർത്തി.

പച്ച, ചുവപ്പ്, മഞ്ഞ, നീല.

മഞ്ഞക്കുരുവി പാടിപ്പാറി വന്നിരുന്നത് നീല നിറത്തിൽ.

പെൺകുട്ടി കൈകൊട്ടി ചിരിച്ചു.

"ഞാൻ ജയിച്ചു."

വീണ്ടും ബട്ടനമർന്നു. കുരുവി പാടിപ്പാറി.

കുരുവി കറുപ്പിൽ നിന്നപ്പോൾ പെൺകുട്ടിയുടെ മുഖം ചുവന്നു.

അവൾ പറഞ്ഞു: “നിങ്ങൾ എന്നെ ചതിക്കും.”
പിന്നീട് അവൾ പറഞ്ഞതുപോലെയായി.
യാത്രപോലും പറയാൻ അവസരം തന്നില്ല.
ഇപ്പോഴും മനസ്സും, കണ്ണും നനയുന്നുണ്ട്.

ഇരുപത്തി അഞ്ച്

കച്ചേരിക്കടവിൽ ആരവങ്ങൾ ഒഴിഞ്ഞു.

പത്തേമാരികൾ വരാതെയായി. തളങ്കരത്തൊപ്പിയും കുരുമുളകും ചുക്കും ഏലവും കയറ്റിപ്പോയ അറബികളും പഴങ്കഥകളായി.

കടവ് റോഡ് കാടുമൂടി.

ഉപ്പ പറഞ്ഞിരുന്നു.

ഇവിടെയാണ് അറബിക്കച്ചോടക്കാര് ആദ്യം വന്നിറങ്ങിയത്.

അന്ന് നമ്മള് നീലേശ്വരത്തെ രാജാക്കന്മാര്.

തോക്കും നായാട്ടും ബാരാദായ കളിയും മതിയാക്കി ഉപ്പ മടങ്ങി.

കാൽച്ചുവട്ടിലെ മണ്ണ് ഒഴുകിപ്പോയത് ഉമ്മയും അറിഞ്ഞില്ല.

കച്ചേരിക്കടവും തോണിയും പുഴയും സ്ത്രീധനമായി കിട്ടിയ വലിയുപ്പ അവസാന കടത്തുകാരനായി.

തുഴപോലെ മെലിഞ്ഞ് ശേഷി കുറഞ്ഞു.

പണിയില്ലാത്ത ദിവസം ഒളിച്ചും പതുങ്ങിയും തറവാട്ടിലെത്തി.

കിളിവാതിലിൽ മുട്ടി ഉമ്മയെ വിളിച്ചു.

ഉമ്മ വിളമ്പിക്കൊടുത്തത് വാരിത്തിന്ന് കാരണവർ കാണാതെ ഉറങ്ങാൻ പള്ളിയിലേക്കു പോയി.

വലിയുപ്പ കിടപ്പിലായി.

കാരണവർമാർ സ്ത്രീധനമായിക്കൊടുത്ത കടത്തു തോണിയിൽ ഓട്ട വീണ് വെള്ളം കയറി.

അത് കീറി വിറകാക്കി കാരണവന്മാർ കഷായം വേവുന്ന അടുപ്പിൽവെച്ചു.

തറവാട്ടിലെ ചുമരിലെ തോക്കുകൾ തുരുമ്പെടുത്തു.

കലമാൻ കൊമ്പുകൾ ഓർമ്മത്തെറ്റുകൾപോലെ അവിടെ ബാക്കിയായി.

ഉമ്മ തറവാട്ടുമൂലയിൽ എടുക്കാത്ത മുക്കാല് പോലെ പതുങ്ങിയിരുന്നു അള്ളാനെ വിളിച്ചു കരഞ്ഞു.

അപ്പോഴാണ് അബുദാബിയിൽനിന്നും ഉപ്പയുടെ മരുമകൻ ഔക്രിച്ചാന്റെ വരവ്.

സ്വർണ്ണപ്പല്ലും സ്വർണ്ണച്ചെയിൻ വാച്ചും കറുത്ത കണ്ണടയും കാലിൽ മടമ്പുയരമുള്ള വെളുത്ത ചെരുപ്പും സഫാരി സ്യൂട്ടും ധരിച്ച് വന്ന ഔക്രിച്ച ഉമ്മായ്ക്ക് ദുബൈ സാധനങ്ങൾ കൊടുത്തു.

കടവിലെ പീടികവരാന്തയിൽ ബീഡി തെരച്ചിരുന്ന ഞങ്ങൾക്കരികിലെത്തി ഔക്രിച്ച പറഞ്ഞു.

"അസലാമു അലൈക്കും."

ചുറ്റും അത്തറിന്റെ മണം പരന്നു.

ഔക്രിച്ച കണ്ണട ഊരി കൈയിലിട്ട് തിരിച്ച് ഞങ്ങളോടു പറഞ്ഞു.

"ബരുന്നാ ദുബൈയിലേക്ക്. ബോംബെയിൽനിന്ന് ലാഞ്ചിൽ കയറിയാൽ ദുബൈയിലെത്താം. പൊന്നും പണോം വാരണെങ്കി എന്റൊപ്പം വന്നോ. അഞ്ഞൂറുപ്പ്യ തന്നാമതി.

ഇഖ്ബാൽ ക്ലബ്ബിലെ കാൽപ്പന്ത് ഉപേക്ഷിച്ച് ബീഡിമുറം വലിച്ചെറിഞ്ഞ് ഞങ്ങൾ അയാൾക്ക് പിറകിൽ കൂടി.

തറവാട്ടോഹരി വിറ്റും ഉമ്മയുടെയും ഭാര്യയുടെയും ആഭരണങ്ങൾ വിറ്റും സ്ത്രീധനം വാങ്ങിയും ഞങ്ങളിൽ പലരും ബോംബെയിലേക്ക് വണ്ടികയറി.

ക്രമേണ നാട് അത്തറിൽ മുങ്ങി.

ഫോറിൻ തുണിത്തരങ്ങളും മടമ്പുയരമുള്ള ചെരിപ്പുകളും അറബിവാക്കുകളും ഗ്രാമത്തെ സമ്പന്നമാക്കി.

ബഹളം കേട്ട് നോക്കിയപ്പോൾ കണ്ടു.

പാകിസ്ഥാനി കഠാര ഉയർത്തിപ്പിടിച്ച് അട്ടഹസിക്കുന്നു.

കമ്പിയഴിയിൽ പിടിച്ച് കുലുക്കുന്നു.

കത്തി ചുമരിൽ കുത്തുന്നു.

പൊലീസുകാരെത്തി കത്തി പിടിച്ചുവാങ്ങി. അയാളെ വിലങ്ങിട്ട് പുറത്തേക്കു കൊണ്ടുപോയി.

എവിടെനിന്നാണ് അയാൾക്ക് കഠാര.

പൊലീസുകാർ കൂട്ടത്തോടെയെത്തി ഞങ്ങളെ ഓരോരുത്തരെയും പരതി; കഠാര പരതി.

പിറുപിറുത്തുകൊണ്ട് അവർ ഇറങ്ങിപ്പോയി.

ഇരുപത്തി ആറ്

കൂറത്തീട്ടം നാറുന്ന അലമാരയിൽ പത്തിരിയും മീൻ ചാറുമായി ഉമ്മ കാത്തിരിപ്പില്ല.

മഴ നനഞ്ഞോ വെയിലിൽ തളർന്നോ അസമയത്ത് എത്താറുള്ള എന്നെ കാത്തിരിക്കാൻ ഉമ്മയില്ലാതായി.

മൂത്രത്തിലും, മലത്തിലും നീന്തി സമനില തെറ്റിയപ്പോൾ എഴുന്നേറ്റു നടന്നു പറമ്പതിരിലെ മുള്ളുവേലിയിൽ വീണ് വേദന സഹിച്ച് ഉമ്മ പോയി.

മുള്ളുവേലിയിൽ വീണപ്പോൾ കിട്ടിയ മുറിവുകൾ പഴുത്തിരുന്നു. ഈച്ചയും കൊതുകും വേട്ടയാടാനെത്തിയിട്ടും അനങ്ങാനായില്ലത്രെ.

ഉമ്മ മയ്യത്തുകട്ടിലിൽ ആകാശം നോക്കി കിടന്ന് ദിക്കറിന്റെ താളത്തിൽ പള്ളിപ്പറമ്പിലേക്കു പോയി. അവസാനമായി ഒരു നോക്കു കാണാനാവാതെ ഞാനീ തടവറയിൽ കിടന്ന് ഉമ്മയെ കിനാക്കണ്ടു.

എനിക്കാരുമില്ലാതായി.

കണ്ണുകൾ നിറയുന്നു.

തല ചുമരിലും കമ്പിയഴിയിലും ഇടിച്ച് ചോരപ്പുഴയിൽ നീന്തി എനിക്ക് ഉമ്മയുടെ അരികിലെത്തണം.

ഇരുമ്പഴി കുലുങ്ങിച്ചിരിച്ചപ്പോൾ കണ്ടു.

സ്വർണ്ണപ്പല്ലുള്ള പൊലീസുകാരൻ എന്നെ നോക്കി ചിരിക്കുന്നു.

അയാൾ തിരക്കി.

"എന്താണ് സ്വപ്നം കാണുന്നത്."

ഞാൻ പറഞ്ഞു.

"പുതിയ ലോകം ഉണ്ടാക്കുന്നതിനെക്കുറിച്ച്."

ഇരുപത്തി ഏഴ്

പൊലീസുകാരൻ എന്റെ ഇരുകൈകളിലും വിലങ്ങണിയിച്ചു.

അയാൾക്കൊപ്പം കോണിയിറങ്ങി.

ചില്ലുകൂടിനകത്ത് കന്തൂറ ധരിച്ച അറബി ഇരിക്കുന്നു.

അയാളുടെ മുന്നിൽ എന്നെ നിർത്തി.

ന്യായാധിപനായ അറബി എന്നെ നോക്കി.

എനിക്കൊന്നും പറയാനില്ല.

ഓരോ ചോദ്യത്തിനും ഞാൻ മുകളിലേക്ക് വിരൽ ചൂണ്ടി.

അയാൾ കനിവുള്ള മന്ദഹാസത്തോടെ എന്നെത്തന്നെ നോക്കിക്കൊണ്ടിരുന്നു.

അറബിയിൽ എഴുതിയതിനുചുവട്ടിൽ എന്റെ ചുണ്ടൊപ്പ് ഇടുവിച്ചു.

വിരലിൽ ബാക്കിയായ മഷി ഞാൻ മൂർദ്ധാവിൽ തൊട്ടു.

തിരിച്ചുനടക്കുമ്പോൾ കണ്ടു.

കറുത്ത തുണികൊണ്ട് മുഖം മൂടിയ ഒരാളെ കസേരയിൽ കെട്ടിയിട്ടിരിക്കുന്നു.

അയാൾക്കരികിൽ പൊലീസുകാരൻ തോക്കുമായി കാവൽ നില്ക്കുന്നു.

ജയിലിനകത്തേക്ക് തിരിച്ചു വന്നപ്പോൾ നാരായണബാബു ചോദിച്ചു.

"എന്തായി."

ഞാൻ പറഞ്ഞു.

"വിധിയായി."

എന്താണ് വിധി

"എന്നെ വെടിവെച്ചു കൊല്ലാൻ."

അവിശ്വാസത്തോടെ എന്നെ നോക്കിയ അയാൾ പറഞ്ഞു.

"നീ രക്ഷപ്പെട്ടു."

ആയാളുടെ മെലിഞ്ഞ് ക്ഷീണിച്ച വിരലുകൾ എന്റെ കവിളിലൂടെ. മൂർദ്ധാവിലൂടെ അനുഗ്രഹമായി ഒഴുകിനടന്നു.

"നിന്നെ കൊല്ലില്ല ബച്ചാ......... നിന്നെ കൊല്ലാൻ ദൈവം വിടില്ല."

ഗുജറാത്തുകാരനായ ബാബു ലാഞ്ചിലെ വെപ്പുപണിക്കാരനായിരുന്നു.

ഗുജറാത്തിലെ കടൽതീരത്തുനിന്നും നിരവധിപേരെ ഇയാൾ ഗൾഫിലെത്തിച്ചിരുന്നു.

അഞ്ചുപതിറ്റാണ്ട് കടലിൽ ജീവിച്ച് നിരവധിപേർക്ക് ജീവിതം കൊണ്ട് പാലം പണിത ഇയാൾക്ക് ഒന്നും സമ്പാദിക്കാനായില്ല.

അവസാനം ദുബൈ തുറമുഖത്തുവെച്ച് നാരായണ ബാബു കോസ്റ്റ് ഗാർഡിന്റെ പിടിയിലായി, ജയിലിലായി.

ഇരുപത്തിയെട്ട്

രാത്രിയായാൽ കടൽ ചമയും.

പെട്രോൾ നിറയ്ക്കാൻ എത്തുന്ന വിദേശക്കപ്പലുകളും ടാങ്കറുകളും ബാർജുകളും കടൽ ചുറ്റും. കടലിലെ വലിയ പൈപ്പിൽനിന്ന് പതാക പോലെ അഗ്നി ആകാശത്തേക്കുയരും. പ്രകാശം കടൽക്കാറ്റിൽ ഓളങ്ങളിൽ കിടന്നാടും.

കടലിൽ കരയിലെന്നപോലെ തിരകൾ ഇല്ല. രൗദ്രതയില്ല. നീലപ്പരവതാനി വിരിച്ചതുപോലെ പരന്നങ്ങനെ.

ഓർമ്മ വരുന്നു.

ബരാക്ക എന്ന കപ്പലിന്റെ ഡെക്കിൽ വന്നിരിക്കാറുള്ള കാക്കയുടെ രൂപമുള്ള കടൽപ്പക്ഷികൾ അവയുടെ കഴുത്തിൽ ഞാൻ എഴുതിത്തൂക്കാറുള്ള കുറിപ്പുകൾ.

രാവിലെ എന്റെ സന്ദേശങ്ങളുമായി അവ പറന്നകലും.

അടുത്ത രാവിലെ മറുകുറിപ്പിനായി കാത്തിരിപ്പ്.

മറ്റേതോ കപ്പലിലെ സ്വപ്നാടകൻ എന്റെ കുറിമാനങ്ങൾ സ്വന്തമാക്കുമെന്ന് സങ്കൽപ്പിച്ച് ഓരോ രാവിലും സന്ദേശങ്ങൾ എഴുതിതൂക്കി മറുകുറിപ്പിനായി കാത്തിരുന്നു.

ഉമ്മായ്ക്ക്..........

വിരലഗ്രത്തിന് ചുവന്ന കൈയൊപ്പ് സമ്മാനം കിട്ടിയ പെൺകുട്ടിക്ക്.

ആനിക്കുട്ടിക്ക്.

മദിയക്ക്.

ഓരോ പുലരിയിലും പക്ഷികൾ ചിറകടിച്ചു പറന്നുപോയി. ആകാശ

നീലിമയിൽ ലയിച്ചു. കിനാവുകളത്രയും മാഞ്ഞുപോയി.

ഞാൻ പൊലീസുകാരനോട് തിരക്കി.

"എന്നാണ് എന്റെ മോചനം."

അയാൾ പറഞ്ഞു.

"നാളെ മുപ്പത്തിയാറിനെ കൊല്ലും."

ഇരുപത്തി ഒൻപത്

മുഹബ്ബത്ത് കെ ദോഖേ മേ കോയി ന ആയേ
ഏക് ദിൻ ഹസായെ തൂ സൗ ദിൻ റുലായേ.

ജയിലിന്റെ ഏതോ മൂലയിൽനിന്നും ഗസൽ മഴയായി പെയ്തിറങ്ങുന്നു. കണ്ടംഡ് സെല്ലിൽ നിന്നാണത്.

വധശിക്ഷയ്ക്ക് വിധിക്കപ്പെട്ട് തടവിൽ കഴിയുന്ന ലഖ്നൗക്കാരൻ ദർജി മൻസൂർ അലി ഉണ്ടവിടെ. അയാളുടെ തേങ്ങലുകളാണത്.

അയാൾ പാടുന്നു.

'മുഝെ ജബ് കിസീസെ മുഹബ്ബത്ത് നഹീ ഥീ
ആംഖോ കൊ റോനേ കീ ആദത്ത് നഹി ഥീ
മുഹബ്ബത്ത് നേ ആംഖോം മേ ആംസു ബസായേ'

അയാൾ ലഖ്നൗവിലെ മുജംഗത്തെരുവിലെ കൊട്ടാര നർത്തകി ഷബാനാബീഗത്തിന്റെ കാമുകൻ.

അവൾ മൻസൂർ അലിയെ കണ്ടു. നിലാവുപോലെ തിളങ്ങുന്ന മുഖം.

അവളുടെ നീലക്കണ്ണുകളിൽ കിനാവുകൾ പൂത്തു.

ചില്ലും മുത്തും കോർത്ത് കുർത്തകൾ നെയ്യുംപോലെ അവൾ അയാളിൽ പ്രണയത്തിന്റെ മുത്തുകൾ കോർത്തു.

കൊട്ടാര നർത്തകിമാരുടെ ഗസലും നർത്തനവും കാണാനെത്തുന്ന കള്ളക്കടത്ത് രാജാക്കൻമാർക്കിടയിൽ മൻസൂർ അലിക്കും ഇരിപ്പിടം കിട്ടി.

വിലകൂടിയ പരവതാനി വിരിച്ച അകത്തളത്തിൽ ഷബാനാ ബീഗം ദീപനാളം പോലെ ജ്വലിച്ചു. ഗസലുകൾക്കൊപ്പം മൈലാഞ്ചി ചിത്രം വരഞ്ഞ സ്വർണ്ണക്കൊലുസുകൾ അണിഞ്ഞ പൂവിതൾ പാദങ്ങൾ ചുവടുകൾ വെച്ചു. ചിലങ്കകൾ കുലുങ്ങിച്ചിരിച്ചു.

പട്ടുമെത്തയിൽ അധോലോക ചക്രവർത്തിമാർ ഷബാനാ ബീഗത്തിന്റെ ചുവടുകളും സുഗന്ധവും ശരീരവും സ്വന്തമാക്കി.

അവരിലൊരാൾ അവളുടെ കാമുകനായി.

അതൊന്നുമറിയാതെ ദർജി മൻസൂർ അലി.

അധോലോക ചക്രവർത്തി ബീഗത്തിനെ പവിഴംകൊണ്ടും മുത്തു കൊണ്ടും നോട്ടുകെട്ടുകൾ കൊണ്ടും പൊതിഞ്ഞത് അവനറിഞ്ഞില്ല.

അവന്റെ മനസ്സ് നിറയെ ഷബാനാ ബീഗം മാത്രം.

പ്രണയംമാത്രം.

ഊണിലും ഉറക്കിലും അവൾ മാത്രം.

അവസാനം ഷബാനാ ബീഗത്തിന്റെ സഹായത്തോടെ മൻസൂർ അലി സ്വർണ്ണം വാരാൻ, കൊട്ടാരം പണിയാൻ, ചക്രവർത്തിയാകാൻ ഗൾഫിലേക്ക് വിമാനം കയറി.

അധോലോക ചക്രവർത്തി ഷബാനാ ബീഗത്തിന്റെ കാമുകൻ നല്കിയ ബ്രീഫ്കേസുമായി ദുബൈ വിമാനത്താവളത്തിലിറങ്ങി.

പൊലീസിന്റെ പിടിയിലായി.

പെട്ടി നിറയെ കോടികൾ വിലമതിക്കുന്ന മയക്കുമരുന്നായിരുന്നു.

താൻ വഞ്ചിക്കപ്പെടുകയായിരുന്നുവെന്ന് അറിഞ്ഞതോടെ അയാൾ തകർന്നു.

ജയിലിൽ കിടന്ന് അയാൾ പാടിക്കൊണ്ടിരുന്നു.

“മുഝെ ജബ് കിസീസെ മുഹബ്ബത്ത് നഹീ ഥീ
ആംഖോ കൊ റോനേ കീ ആദത്ത് നഹി ഥീ
മുഹബ്ബത്ത് നേ ആംഖോം മേ ആംസു ബസായേ
മുഹബ്ബത്ത് കാ ഏക് ഗീത് ഭൂലേ സേ ഗായാ”

അയാളുടെ ശബ്ദം മഴനൂലുപോലെ നേർത്ത് നേർത്തില്ലാതായി.

പ്രണയം അരുത്....... പ്രണയം ആരംഭിച്ചതോടെ എന്റെ കണ്ണുകൾ തോരാതെയായി.

ആരും പ്രണയത്തിന്റെ ചതിയിൽ പെടരുത്.

പ്രണയത്തിന്റെ പുത്തു ദിവസം ചിരിപ്പിച്ചാൽ നൂറുവർഷം അത് കരയിപ്പിക്കും.

എനിക്ക് ആരോടും പ്രണയമില്ലായിരുന്നു.

എന്റെ കണ്ണുകൾക്ക് കരയാനും അറിയില്ലായിരുന്നു.

ഇപ്പോൾ അവളുടെ പ്രണയം എന്റെ കണ്ണുകളിൽ
കണ്ണുനീർ കുടിയിരുത്തി.

വഞ്ചനയിൽപ്പെട്ട എന്റെ മനസ്സ് കാണൂ. അറിയാതെ ഞാനൊരു പ്രണയഗീതം പാടിപ്പോയി.

മുപ്പത്

ഇത് ജയിലിലെ കണ്ടംഡ് സെൽ.

വധശിക്ഷയ്ക്ക് വിധിക്കപ്പെട്ടവർക്കുള്ള മുറി.

ഇതിന്റെ മുഖം എങ്ങോട്ടാണെന്നറിയില്ല.

വടക്കോട്ടാവാം, തെക്കോട്ടാവാം, പടിഞ്ഞാറൊ, കിഴക്കോ ആവാം.

അങ്ങ് അറബിക്കടലിനപ്പുറം എന്റെ നാടുണ്ട്.

നാട്ടിലായിരുന്നപ്പോൾ നാടുമുഴുവൻ അലഞ്ഞു നടന്നിട്ടുണ്ട്.

ഇപ്പോൾ വാർഡൻ എന്നെ കണ്ടംഡ് സെല്ലിൽ പൂട്ടിയിട്ടിരിക്കുന്നു.

ജയിൽ ഇടനാഴിയിലെ മൗനത്തേക്കാൾ വാചാലതയുണ്ട് ഇതിനകത്തെ ഏകാന്തതയ്ക്ക്. ഇവിടെ ആപത്ത് പതിയിരിപ്പുണ്ട്.

ഇനി ഉറങ്ങാനാവില്ല.

ഉണരാതിരിക്കാനുള്ള ഉറക്കം എന്നെ കാത്തിരിക്കുന്നു.

ഞാൻ ചുറ്റും നോക്കി.

ചുറ്റും കരിങ്കൽ ഭിത്തികൾ.

അവ പരസ്പരം ആലിംഗനത്തിലമർന്നു.

അതിനിടയിൽ കിടന്ന് ഞാൻ വീർപ്പുമുട്ടുന്നു.

പാടാനുള്ള അവയവം മാത്രമാണ് ഇനി ബാക്കി. കണ്ണുകൾ വേണ്ട, ചെവികൾ വേണ്ട.

ഞാൻ കണ്ണുകൾ അമർത്തിയടച്ചു.

ചെവിക്കുഴിയിൽ വിരലിട്ട് മൂടിയപ്പോൾ ആദിശബ്ദം പോലെ എന്തോ കേൾക്കുന്നു.

മരുഭൂമിയിൽ പർവ്വതത്തേക്കാൾ ഉയരത്തിൽ ആഞ്ഞടിക്കുന്ന ശബ്ദം. കൊട്ടാരങ്ങളെയും, പാലസ്സുകളെയും ആകാശം മുട്ടുന്ന രമ്യഹർമ്മങ്ങളെയും തകർത്ത് നിരപ്പാക്കുന്ന ശബ്ദമാകാം അത്.

ലോകം അവസാനിക്കാറായി എന്നുള്ള ദൈവത്തിന്റെ മുന്നറിയിപ്പാവാം.

ആകാശങ്ങളെയും, പർവ്വതങ്ങളെയും, ഭൂമിയെയും തലതിരിച്ചിടുന്ന അതിശക്തമായ ശബ്ദം.

സൂർ എന്ന കാഹളം.

ദൈവത്തിന്റെ മാലാഖമാരാണ് ദൈവത്തിന്റെ സ്വന്തം വാദ്യോപകരണമായ സൂർ എന്ന കാഹളം ഊതുക.

വാർഡൻ വന്ന് എന്റെ കൈകളിൽ വിലങ്ങണിയിച്ചു.

റബ്ബർ ഉറകൾപോലെ കൈകൾ തൂങ്ങിയാടി.

കാലുകളും നിലത്തുറയ്ക്കുന്നില്ല.

കണ്ണുകൾ തുറക്കാനാവുന്നില്ല.

ജയിൽ വാർഡൻ ചുമലിൽ താങ്ങി കോണി കയറി എന്നെ മുകളിലേക്ക് കൊണ്ടുപോയി.

കണ്ണുകൾ കറുത്ത തുണികൊണ്ട് മൂടി.

എന്റെ തലയ്ക്കു മുകളിലൂടെ പോർവിമാനങ്ങൾ ചീറിപ്പാഞ്ഞു.

വേരറ്റതുപോലെ എനിക്ക് ചുറ്റും എന്റെ ശരീരത്തിലെ അവയവങ്ങൾ ഓരോന്നായി കൊഴിഞ്ഞു വീഴുന്നു.

എന്റെ ശിക്ഷ നടപ്പാക്കുന്ന മൈതാനം ഒരുങ്ങിയിരിക്കാം.

പെരുമ്പറകൊട്ടി എന്നെ പരസ്യമായി വെടിവെച്ചു കൊല്ലുന്ന വിവരം നാടാകെ വിളംബരം ചെയ്തിരിക്കാം.

പര്യവസാനം കാണാൻ അറബികളും വിദേശികളും കൂടും.

മരണവൃത്തത്തിൽ എന്നെ നിർത്തി ന്യായാധിപനായ അറബി വിധി പുസ്തകം തുറന്ന് എനിക്കുമാത്രം കേൾക്കാവുന്ന ശബ്ദത്തിൽ കുറ്റപത്രം വായിക്കും.

അയാൾ എന്നെ അവസാനമായി ചുംബിക്കും.

എനിക്കു വേണ്ടി ദൈവത്തോടു പ്രാർത്ഥിക്കും.

മുഖം മൂടിയ കറുത്ത തുണി അഴിച്ചുമാറ്റി. വിലങ്ങുകൾ നീക്കം ചെയ്തു.

അമ്പരപ്പോടെ ഞാൻ ചുറ്റും നോക്കി.

എന്നെ സ്വതന്ത്രനാക്കിയിരിക്കുന്നു.

എനിക്ക് ചുറ്റും തക്ബീർ വിളികൾ. അതിന്റെ ബഹളത്തിൽ തോക്കിൽനിന്നും എന്റെ നേർക്ക് മരണം ശരങ്ങളായി തീ തുപ്പുന്നത് കാത്ത് ഞാൻ നിന്നു.

സുബോധം തിരിച്ചുകിട്ടിയപ്പോൾ മനസ്സിലായി.

എല്ലാം എന്റെ തോന്നലുകൾ.

മുപ്പത്തി ഒന്ന്

ജയിലിനകത്ത് ബൂട്ടുകളുടെ ബഹളം.

കാക്കിയുടുപ്പിന്റെ മതിലുകൾ.

ഞാൻ ഓരോ കണ്ണിലേക്കും മാറി മാറി നോക്കി. വിറയലോടെ കൈകൾ നീട്ടി. കൈകൾ വിലങ്ങിനുള്ളിലായി.

എഴുന്നേല്പ്പിച്ച് ന്യായാധിപന്റെ മുന്നിലെത്തിച്ചു.

ഫയലിൽ ഒപ്പിടിവിച്ചു.

ഉടുപ്പുകൾ അണിയിച്ചു.

അയാൾ പറഞ്ഞു.

"നിങ്ങളെ വെറുതേ വിട്ടിരിക്കുന്നു. നിങ്ങൾക്ക് ഇന്ത്യയിലേക്ക് മടങ്ങാം. യാത്രാടിക്കറ്റില്ലാത്തതുകൊണ്ട് ലാഞ്ചിലാണ് കയറ്റി അയക്കുക. ദൈവം അനുഗ്രഹിക്കട്ടെ."

ആൾക്കൂട്ടത്തിലെ കണ്ണിയായി ഞാൻ കടലിലേക്ക് നോക്കി.

ആകാശം നോക്കി. ആകാശംപോലെ കരകാണാ കടൽ

വട്ടമിട്ട് പറക്കുന്ന കഴുകന്മാർ

ഞങ്ങളെ ലോകത്തിന്റെ ഏത് കരയിലാണ് എത്തിക്കുക.

നിരവധി രാത്രികളും പകലുകളും പൊഴിഞ്ഞുതീർന്നാലും ചിലപ്പോൾ ലാഞ്ച് കര കാണില്ല. ജീവിതം കടലിൽ അവസാനിച്ചേക്കാം. ലാഞ്ച് ജീവനക്കാരായ ഗുജറാത്തികൾ ഉത്ക്കണ്ഠ പുറത്ത് കാണിക്കില്ലെങ്കിലും ഞങ്ങൾ തിരിച്ചറിയും.

ലാഞ്ചിലെ വെള്ളവും ഭക്ഷണവും തീർന്നിരിക്കുന്നു.

മരപ്പലകയിൽ മരണം മുന്നിൽ വന്നു നിൽക്കുന്നു.

ചിലർ ബോധരഹിതരാകുന്നു.

ജീവൻ പോയ ഉടലുകൾ തൂക്കിയെടുത്ത് ലാഞ്ച് ജീവനക്കാർ

കടലിലേക്ക് വലിച്ചെറിയുന്നു.

അപ്പോഴേക്കും ലാഞ്ചിന്റെ അടിപ്പലക അടർന്നു.

തിരമാലകളും, കടൽക്കാറ്റും, പർവ്വതങ്ങളേക്കാൾ ഉയരത്തിലും ശക്തിയിലും ആഞ്ഞടിക്കാൻ തുടങ്ങി. കരുണ തേടി എല്ലാ കൈകളും ആകാശത്തേക്ക് ഉയർന്നു.

എല്ലാ ചുണ്ടുകളും ദൈവനാമങ്ങളായി വിറകൊണ്ടു.

തീർച്ചയായും ദൈവം കനിയില്ല. കാരണം ഞങ്ങൾ തെറ്റ് ചെയ്തവർ.

പൗരത്വരേഖയില്ലാതെ രണ്ട് രാജ്യങ്ങളെ ചതിച്ച് തൊഴിൽ തേടിയെത്തിയവർ. ആർക്കും വേണ്ടാത്തവർ.

പ്രതീക്ഷകൾ കൈവിടുമ്പോൾ ലാഞ്ച് ജീവനക്കാർ ഓരോരുത്തർക്കായി മധുരം വിളമ്പും.

മരണം മധുരമുള്ളതായിരിക്കട്ടെ എന്ന് പാടിത്തന്നത് എല്ലാവരും ഏറ്റുപാടും.

ഞങ്ങളുടെ പാട്ട് ശോകസംഗീതമായി കടൽക്കാറ്റിൽ അലിഞ്ഞു ചേരും.

പിന്നീടൊന്നും ഓർമ്മയുണ്ടാവില്ല.

തകർന്ന ലാഞ്ച് പല തുണ്ടുകളായി കടലിൽ ഒഴുകും. കഴുകന്മാർ വട്ടമിട്ടു പറക്കും. ആകാശവും0 കടലും ഉത്സവം കഴിഞ്ഞ പറമ്പുപോലെയാകും. ഞങ്ങൾ ഓളങ്ങളിൽ കിടന്നൊഴുകും.

അപ്പോൾ കാറ്റും, തിരകളും ഒരമ്മയുടെ സാന്ത്വനം പോലെ എന്നെ തലോടും. എന്റെ ഇരുചെവിയിലും മൗനത്തിന്റെ പരിഭാഷ ചൊരിയും. തിന്മകളെ തോല്പിക്കാനുള്ള മന്ത്രമാണ് അത്.

9 789384 445898

Printed by Libri Plureos GmbH in Hamburg,
Germany